ചാർലി ചാപ്ലിൻ

ചിരിയുടെ രാജകുമാരന്റെ കഥ

charlie chaplin
chiriyude rajakumarante katha
•
radhakrishnan aduthila
•
first chintha edition
july 2011
•
typesetting
arya sankar
•
published
chintha publishers, thiruvananthapuram
•
printed

•
cover
anas rashad

വിതരണം
ദേശാഭിമാനി ബുക്ക് ഹൗസ്
H O തിരുവനന്തപുരം-695 001

ബ്രാഞ്ചുകൾ
ഓവർബ്രിഡ്ജ് തിരുവനന്തപുരം • കെ എസ് ആർ ടി സി ബസ് സ്റ്റേഷൻ ആലപ്പുഴ • കെ എസ് ആർ ടി സി ബസ് സ്റ്റേഷൻ എറണാകുളം • ഐ ജി റോഡ് കോഴിക്കോട് • മാവൂർ റോഡ് കോഴിക്കോട് • എൻ ജി ഒ യൂണിയൻ ബിൽഡിങ് കണ്ണൂർ • സെൻട്രൽ ബസ് ടെർമിനൽ കോംപ്ലക്സ് താവക്കര കണ്ണൂർ • മച്ചിങ്ങൽ ലെയ്ൻ തൃശൂർ

CO - 1609 / 2730

ചാർലി ചാപ്ലിൻ

ചിരിയുടെ രാജകുമാരന്റെ കഥ

രാധാകൃഷ്ണൻ അടുത്തില

ചിന്ത പബ്ലിഷേഴ്സ്
തിരുവനന്തപുരം-695 001

രാധാകൃഷ്ണൻ അടുത്തില

കണ്ണൂർ ജില്ലയിലെ അടുത്തിലയിൽ ജനനം. പിതാവ്: സി എച്ച് ഗോവിന്ദൻ നമ്പ്യാർ. മാതാവ്: പി വി പത്മാവതിയമ്മ. എം എ, എം എഡ് ബിരുദധാരി. ജില്ലാ വിദ്യാഭ്യാസ പരിശീലന സ്ഥാപനത്തിൽ (DIET) അധ്യാപകനായിരുന്നു. 26 പുസ്തകങ്ങൾ പ്രസിദ്ധീകരിച്ചിട്ടുണ്ട്.

കാഞ്ഞങ്ങാട് ആസ്ഥാനമായി പ്രസിദ്ധീകരിക്കുന്ന 'കിങ്ങിണി' എന്ന കലാസംഘടനയുടെ ഡയറക്ടർ.

ഭാര്യ : രഞ്ജിനി

മകൻ : ദീപചാന്ദ്

വിലാസം : 'ശിശിരം' ബല്ല പി ഒ
കാസർഗോഡ് – 671531

ഉള്ളടക്കം

മുഖവുര 6

വേദന നിറഞ്ഞ ഏടുകൾ 7

അനാഥമന്ദിരത്തിലേക്ക് 12

അച്ഛന്റെ വീട്ടിൽ 19

അഭിനയത്തിന്റെ അദ്യ ചുവടുകൾ 23

നാടക സംഘത്തിൽ 27

ജീവിക്കാൻ വേണ്ടിയുള്ള വേഷങ്ങൾ 30

സിനിമയിലേക്ക് 34

അനശ്വരനായ 'തെണ്ടി' 39

സിറ്റിലൈറ്റ്സ്, മോഡേൺ ടൈംസ് 43

ഹിങ്കലും ബാർബറും 47

വിവാഹജീവിതം 52

ഗാന്ധിജിയോടൊത്തൊരു ദിനം 55

നിശ്ശബ്ദ സിനിമയുടെ രാജകുമാരൻ 59

മുഖവുര

കഷ്ടപ്പാടുനിറഞ്ഞ കുട്ടിക്കാലം. വഴിതെറ്റിപ്പോകുമായിരുന്ന ജീവിതസാഹചര്യം. ഈ ദുരവസ്ഥയിൽ നിന്ന് സമ്പന്നതയിലേക്കും, ലോകപ്രശസ്തിയിലേക്കുമുയർന്ന പ്രതിഭാശാലിയാണ് ചാർലിചാപ്ലിൻ. 'ട്രാംപ്' എന്ന വിശ്വപ്രസിദ്ധ കഥാപാത്രത്തിനുരൂപം നൽകിയ ഈ മഹാനടന്റെ സിനിമകൾ കാലദേശ ഭേദമന്യേ ഇന്നും നിരവധി സഹൃദയരെ ആകർഷിക്കുന്നു.

ഇംഗ്ലീഷിലും മലയാളത്തിലുമിറങ്ങിയ ചാർലിചാപ്ലിനെ കുറിച്ചുള്ള പുസ്തകങ്ങളിൽ നിന്നു വ്യത്യസ്തമായി അദ്ദേഹത്തിന്റെ കുട്ടിക്കാലം മുതൽ ജീവിതാന്ത്യം വരെയുള്ള കഥ, കുട്ടികളുടെ ആസ്വാദന നിലവാരത്തിനിണങ്ങും വിധം ഇതിൽ അവതരിപ്പിക്കാൻ ശ്രമിച്ചിട്ടുണ്ട്.

ഇതരഭാഷാ പുസ്തകങ്ങളും ഇന്റർനെറ്റിൽ നിന്നു ശേഖരിച്ച വിവരങ്ങളും ഈ ഗ്രന്ഥരചനയ്ക്ക് നിർണായകമായിട്ടുണ്ട്.

കേരളത്തിലെ ബഹുമുഖപ്രതിഭകളായ കുട്ടികൾക്കും, മുതിർന്നവായനക്കാർക്കും പ്രചോദനമേകുമെന്ന വിശ്വാസത്തോടെ *ചാർലിചാപ്ലിൻ ചിരിയുടെ രാജകുമാരന്റെ കഥ* സവിനയം സമർപ്പിക്കുന്നു

രാധാകൃഷ്ണൻ അടുത്തില

1

വേദന നിറഞ്ഞ ഏടുകൾ

ള്ളേ... ള്ളേ....

ലണ്ടനിലെ വാൽവെർത്ത്

അവിടെ ഈസ്റ്റ് ലൈനിലെ ഒരു വീട്ടിൽ 1889 ഏപ്രിൽ 16 ന് രാത്രി എട്ടുമണിക്ക് ഒരു കുഞ്ഞു പിറന്നു. ചാൾസ് ചാപ്ലിന്റെയും ഹന്ന ഹില്ലിന്റെയും മകൻ.

ചാർലി ചാപ്ലിൻ.

അമ്മയും അച്ഛനും സംഗീത നാടകങ്ങളിലെ നടീനടന്മാരായിരുന്നു. വിവാഹം കഴിഞ്ഞ് മൂന്നു വർഷത്തിനുശേഷമാണു ചാർലി പിറന്നത്. എന്നാൽ അച്ഛനോടൊപ്പം ഏറെക്കാലം കഴിയാനുള്ള ഭാഗ്യം അവനുണ്ടായില്ല.

ഹന്നയുടെ ആദ്യ വിവാഹത്തിൽപ്പിറന്ന കുട്ടിയാണു സിഡ്നി. ചാർലിയെക്കാൾ നാലുവയസ്സ് കൂടും അവന്.

ചെരുപ്പുകുത്തിയായിരുന്നു ഹന്നയുടെ അച്ഛൻ ചാൾസ്ഹിൽ. അയർലന്റിൽ നിന്നുവന്ന അദ്ദേഹം ലണ്ടനിൽ സ്ഥിരതാമസമാക്കി.

നാടോടി സ്ത്രീയായിരുന്നു മുത്തശ്ശി. രണ്ടു പെൺമക്കളായിരുന്നു അവർക്ക്.

ഹന്നയും കെയ്റ്റിയും.

മുത്തച്ഛന് ഒരു കാമുകി ഉണ്ടായിരുന്നത്രെ. അതിനാൽ മുത്തശ്ശിയും മക്കളും അയാളെ വേർപിരിഞ്ഞാണ് താമസിച്ചിരുന്നത്.

മുത്തശ്ശിക്ക് ചാർലിയെ എന്തിഷ്ടമായിരുന്നെന്നോ?

പക്ഷേ, ചാർലിക്ക് ആറു വയസ്സ് തികയും മുൻപേ അവർ മരിച്ചു. അമ്മയും ചെറിയമ്മ കെയ്റ്റിയും ചെറുപ്പത്തിലേ നാടകനടികളുമായി.

പതിനെട്ടാം വയസിലാണ് ഒരു മധ്യവയസ്കനായ പ്രഭുവുമൊത്ത് ഹന്ന ആഫ്രിക്കയിലേക്ക് ഒളിച്ചോടിയത്.

അവിടെ വെച്ചാണ് സിഡ്നിയുടെ ജനനം. അക്കാലത്തെ ആഫ്രിക്കയിലെ ആഡംബര ജീവിതത്തെക്കുറിച്ച് അവർ ഇടയ്ക്കിടെ പറയാറുണ്ട്.

ഹന്ന, അധികകാലം അവിടെ തങ്ങിയില്ല. ഇംഗ്ലണ്ടിലേക്കു തിരിച്ചുവന്ന് ചാപ്ലിൻ സീനിയറിനെ വിവാഹം ചെയ്തു.

ആഫ്രിക്കയിലേക്കു പോകുന്നതിനു മുൻപു തന്നെ ചാപ്ലിനെ അവർക്കറിയാമായിരുന്നു. ഒരു നാടകത്തിൽ രണ്ടു പേരും ഒന്നിച്ചഭിനയിച്ചപ്പോഴുണ്ടായ പരിചയം.

പറഞ്ഞിട്ടെന്താ? അമിത മദ്യപനായിരുന്ന അയാൾക്ക് കുടിയല്ലാതെ മറ്റൊരു ചിന്തയുമില്ല. സഹികെട്ട് ഹന്നയ്ക്ക് അദ്ദേഹത്തെ ഉപേക്ഷിക്കേണ്ടിവന്നു.

അപ്പോൾ, ചാർലിക്ക് പ്രായം ഒരു വയസുമാത്രം.

സുന്ദരിയായിരുന്നു ഹന്ന. തടിച്ചുകുറിയ ശരീരപ്രകൃതി. നല്ലനിറം. ഇളം നീല

ചാർലിചാപ്ലിന്റെ അമ്മ ഹന്ന

ക്കണ്ണുകൾ. ഇടതൂർന്ന മുടി. ഭംഗിയായി വസ്ത്രധാരണം ചെയ്യുന്നതിലും കുട്ടികളെ അണിയിച്ചൊരുക്കുന്നതിലും അവർ ശ്രദ്ധാലുവായിരുന്നു.

നാടകത്തിൽ, തോഴിയുടെ വേഷമായിരുന്നു ഹന്ന യ്ക്ക്. ആഴ്ചയിൽ നല്ല വരുമാനം ലഭിക്കും. ഇരുപത്തഞ്ചു പവൻ. ഐശ്വര്യ സമൃദ്ധമായ ആ നാളുകളിൽ വെസ്റ്റ് മിൻസ്റ്റർ ബ്രിഡ്ജ്റോഡിനടുത്തായിരുന്നു താമസം. ഭംഗി യായി അലങ്കരിച്ച മുന്നുമുറികളുള്ള വീട്. ചുറ്റിനും ആകർ ഷകമായ കടകളും റെസ്റ്റോറന്റുകളും സംഗീതഹാളു കളും. ആഹ്ലാദകരവും സൗഹാർദപരവുമായ അന്തരീക്ഷം.

ഹന്ന, രാത്രിയിൽ നാടകശാലയിലേക്കു പോകുന്ന തിനു മുൻപ് സിഡ്നി യെയും ചാർലിയെയും കിട ക്കയിൽക്കിടത്തി പുതപ്പിച്ച് അവരെ ശ്രദ്ധിക്കാൻ വേല ക്കാരിയെ ചുമതലപ്പെടു ത്തും. ഏറെ വൈകിയാ ണു തിരിച്ചെത്തുക. വരു മ്പോൾ കേക്കോ മിഠായി യോ എന്തെങ്കിലും കൊ ണ്ടുവന്ന് മേശപ്പുറത്തുവ യ്ക്കും. രാവിലെ കുട്ടികൾ അതെടുത്തു കഴിച്ച് മിണ്ടാ തിരിക്കണം. ഉറങ്ങുന്ന അ മ്മയെ ശല്യപ്പെടുത്തരുത് അതായിരുന്നു നിബന്ധന.

ചാർലിചാപ്ലിന്റെ കുട്ടിക്കാലം

സംതൃപ്തി നിറഞ്ഞ ജീവിതം.

പക്ഷേ, എല്ലാം എത്ര പെട്ടെന്നായിരുന്നു മാറിമറ ഞ്ഞത്. ഹന്നയ്ക്ക് ശബ്ദ ത്തിന് എന്തോ കുഴപ്പമു

ണ്ടായിരുന്നു. ചെറിയൊരു ജലദോഷത്തെ തുടർന്ന് ശ്വാസനാളം വീങ്ങിയതാണു കാരണം. കൂടെക്കൂടെ തൊണ്ടയടയും. ശബ്ദം പുറത്തുവരില്ല. നാടകത്തിൽ, തോഴി പാട്ടുപാടിയും തമാശ പറഞ്ഞും യജമാനത്തിയെ ചിരിപ്പിക്കണം. പക്ഷേ, പാടുമ്പോൾ ശബ്ദം ഇടറിപ്പോകുന്നു. പിന്നെ തീരെ ഇല്ലാതാകുന്നു. കാണികൾ പരിഹസിച്ചു ചിരിച്ചു. രോഗം അഭിനയ ജീവിതത്തെ ബാധിച്ചു. പരിപാടികൾ മുടങ്ങി. ഭാവിയെക്കുറിച്ചുള്ള ചിന്ത അവരുടെ ആരോഗ്യനില വഷളാക്കി.

ഹന്ന, മാനസികമായി തളർന്നു.

സൗഭാഗ്യങ്ങൾ ഒന്നൊന്നായി നഷ്ടപ്പെടുകയായിരുന്നു. താമസിച്ചിരുന്ന മൂന്നു മുറികളുള്ള വീട്ടിൽ നിന്ന് രണ്ടു മുറിയുള്ളിടത്തേക്കും പിന്നീട് ഒറ്റ മുറിയിലേക്കും കുടുംബം മാറേണ്ടിവന്നു.

എന്തും സംഭവിക്കട്ടെ, എന്നാലും തന്റെ നാടകക്കോപ്പുകൾ വിൽക്കാൻ അവർ തയാറായില്ല. തനിക്കു നഷ്ടപ്പെട്ട ശബ്ദം തിരിച്ചു കിട്ടുമെന്നും നാടകത്തിൽ വീണ്ടും സജീവമാകാൻ കഴിയുമെന്നും അവർ ആശിച്ചു.

പക്ഷേ, ആ ആഗ്രഹം സഫലമായില്ല.

ഹന്ന, മറ്റു ജോലികൾ ചെയ്യാൻ തുടങ്ങി. നാടകത്തിലേക്ക് ആവശ്യമായ വസ്ത്രങ്ങൾ സ്വന്തമായി തുന്നി പരിചയമുള്ളതിനാൽ പള്ളിയിലെ സഭാംഗങ്ങൾക്കുവേണ്ടി വസ്ത്രം തുന്നി അൽപ്പം 'ഷില്ലിങ്സ്' സമ്പാദിച്ചു. പത്രം വിറ്റും മറ്റു ചില്ലറ ജോലികൾ ചെയ്തും സിഡ്നിയും എന്തെങ്കിലും കൊണ്ടുവരും. എന്നാൽ നിത്യേനയുള്ള ചെലവിന് ഇതൊന്നും പോരായിരുന്നു. നിവൃത്തികേടുകൊണ്ട് ആ അമ്മ, ചാർലിയുടെ അച്ഛനെതിരെ കേസുകൊടുത്തു. കുട്ടിക്കു ചെലവിനു നൽകണം. അതേതുടർന്ന് ആഴ്ചയിൽ പത്തു 'ഷില്ലിങ്സ്' അനുവദിച്ചു കിട്ടി.

ഇതിനകം ഹന്ന, തികഞ്ഞ മതവിശ്വാസിയായി മാറി. പ്രാർഥനകൊണ്ട് എല്ലാം നേരെയാകുമെന്ന് അവർ കരുതി. തെറ്റാതെ എല്ലാ ദിവസവും പള്ളിയിലെത്തി.

'ഓക്‌ലി സ്ട്രീറ്റിലെ' വലിയ കെട്ടിടത്തിന്റെ ഒറ്റ മുറിയിൽ ഒരു സന്ധ്യാനേരം. അസുഖം ബാധിച്ചു കിടക്കുകയായിരുന്നു ചാർലി. തൊട്ടടുത്ത് ജനലിൽ ചാരിയിരുന്ന് *ബൈബിളിൽ* നിന്നുള്ള കഥ പറയുകയായിരുന്നു അമ്മ.

ആ ഇരുണ്ട മുറിയിൽവച്ച് തന്റെ സ്വതസിദ്ധമായ അഭിനയ ശൈലിയും തന്മയത്വം നിറഞ്ഞ കഥാകഥന രീതിയുമുപയോഗിച്ച് അവർ പറഞ്ഞ കഥ, ചാർലിയുടെ പിൽക്കാല ജീവിതത്തിൽ വളരെയേറെ സ്വാധീനം ചെലുത്തി. അവനിൽ സ്നേഹം, ദയ, മനുഷ്യത്വം എന്നീ മഹദ്ഗുണങ്ങളുടെ വിത്തുപാകാൻ അതിലൂടെ അവർക്കു കഴിഞ്ഞു.

2

അനാഥമന്ദിരത്തിലേക്ക്

ഒരു ദിവസം, ദിനപത്രം വിറ്റ് ഓടിക്കിതച്ചെത്തിയ സിഡ്നി, ആവേശത്തോടെ വിളിച്ചുപറഞ്ഞു. 'എനിക്കൊരു പേഴ്സ് കളഞ്ഞുകിട്ടി....

അതവൻ അമ്മയെ ഏൽപ്പിച്ചു. തുറന്നു നോക്കിയപ്പോൾ വെള്ളിയുടെയും ചെമ്പിന്റെയും നാണയങ്ങൾ.

ദിനപത്രങ്ങൾ വിൽക്കാൻ സിഡ്നി, നിർത്തിയിട്ട ഓരോ ബസിലും കയറും. അപ്പോഴാണ് ഒരു ബസിലെ ഒഴിഞ്ഞ സീറ്റിൽ പേഴ്സ് കണ്ടത്. മറ്റൊന്നും ആലോചിക്കാതെ അവൻ പേഴ്സുമെടുത്ത് വീട്ടിലേക്കോടി.

അമ്മ, പേഴ്സിലെ സാധനങ്ങൾ താഴെ ചൊരിഞ്ഞു. അതിനു മധ്യഭാഗത്ത് ഒരു പോക്കറ്റുണ്ടായിരുന്നു. അതു തുറന്നപ്പോൾ ഏഴ് സ്വർണനാണയങ്ങൾ!

കഷ്ടപ്പാടിൽ ദൈവം അറിഞ്ഞു സഹായിച്ചതാണ്. അമ്മ ആശ്വസിച്ചു. പേഴ്സിൽ ഉടമസ്ഥന്റെ അഡ്രസ്സ് ഉണ്ടായിരുന്നെങ്കിൽ അതു തിരിച്ചേൽപ്പിക്കാൻ അവർ, സിഡ്നിയോട് ആവശ്യപ്പെടുമായിരുന്നു.

വീണ്ടും നല്ല ഭക്ഷണം കഴിക്കാൻ തുടങ്ങി. പുതുവസ്ത്രങ്ങൾ വാങ്ങി. ബീച്ചിലേക്ക് ഉല്ലാസയാത്ര നടത്തി.

ഏതാനും നാളുകളേ അങ്ങനെ തുടരാൻ കഴിഞ്ഞുള്ളൂ. കഷ്ടപ്പാടിന്റെ ദിനങ്ങൾ പിന്നെയും തിരിച്ചെത്തി. ജോലി ചെയ്യാൻ കഴിയാത്തവിധം അമ്മയ്ക്കു തലവേദന തുടങ്ങി. അത് കൂടിക്കൂടി വന്നു.

കുടിശ്ശിക അടയ്ക്കാത്തതിനാൽ തവണവ്യവസ്ഥയിൽ വാങ്ങിയ തയ്യൽമെഷീൻ ഉടമസ്ഥർ എടുത്തുകൊണ്ടുപോയി. നാടകത്തിൽ അഭിനയിക്കാൻ കഴിയാത്തവിധം മദ്യപിച്ചു നടന്നിരുന്ന അച്ഛനിൽനിന്ന് ചെലവിന് ലഭിച്ചിരുന്ന തുകയും നിലച്ചു.

ഇനിയെന്തു ചെയ്യും?

ഒടുവിൽ മൂന്നുപേരും 'ലാംബത്ത് ബറോ'യുടെ കീഴിലുള്ള അനാഥാലയത്തിൽ ചേർന്നു.

അനാഥമന്ദിരത്തിൽ താമസിക്കുന്നതു നാണക്കേടാണ്. എങ്കിലും ഇപ്പോഴുള്ള ഒറ്റമുറിയിലെ ജീവിതത്തിൽനിന്നും ഒരു മോചനം ലഭിക്കുമല്ലോ. അതായിരുന്നു സിഡ്നിയുടെയും ചാർലിയുടെയും ആശ്വാസം.

അവിടെ വച്ച് ഹന്നയെ സ്ത്രീകളുടെ വാർഡിലേക്കും കുട്ടികളെ മറ്റൊരു വാർഡിലേക്കും അയച്ചു. ഈ വേർപാട് വേദനാജനകമായിരുന്നു.

പരസ്പരം കാണാൻ അനുവദിച്ചത് ഒരാഴ്ചയ്ക്കു ശേഷമാണ്. അനാഥാലയത്തിലെ പ്രത്യേക വേഷം ധരിച്ച അമ്മയെ കണ്ടപ്പോൾ കുട്ടികൾ കരഞ്ഞു. മക്കളുടെ ക്രോപ്പ് ചെയ്ത കുറ്റിത്തലമുടിയിൽ തടവി അമ്മ അവരെ ആശ്വസിപ്പിച്ചു. അവിടത്തെ പരുപരുത്ത ബെഞ്ചിലിരുന്ന് ഹന്ന ചാർലിയുടെയും സിഡ്നിയുടെയും കൈകൾ മടിയിൽ വച്ച് തലോടി.

ചാർലിചാപ്ലിൻ
യുവാവായിരുന്നപ്പോൾ

സന്ദർശന സമയം കഴിഞ്ഞപ്പോൾ വേഗം തന്നെ വീണ്ടും ഒത്തുചേരാമെന്ന പ്രതീക്ഷയോടെ അവർ വിട പറഞ്ഞു.

അമ്മയ്ക്കു വല്ലാതെ വാർധക്യം ബാധിച്ചതുപോലുണ്ട്

സിഡ്നി, അനുജനോട് പറഞ്ഞു.

ഉം...” ചാർലി, നെടുവീർപ്പിട്ടു.

മൂന്നാഴ്ച കഴിഞ്ഞപ്പോൾ കുട്ടികളെ രണ്ടുപേരെയും ലണ്ടനിൽ നിന്ന് പന്ത്രണ്ടുമൈൽ അകലെയുള്ള ‘ഹാൻ വെൽ’ സ്കൂളിലേക്കയച്ചു. ദരിദ്രരും അനാഥരും പഠിക്കുന്ന സ്കൂളാണത്. നൂറോളം കുട്ടികളുണ്ട്. വിശദമായ വൈദ്യ പരിശോധനയ്ക്കു ശേഷമേ പുതുതായെത്തുന്നവരെ അകത്തേക്കു വിടൂ. മറ്റുള്ളവർക്കു രോഗം പകരരുതല്ലോ.

ആറു വയസുകാരനായ ചാർലിയെ ചെറിയ കുട്ടികളോടൊപ്പം ഒരു വാർഡിലും മുതിർന്നവനായ സിഡ്നിയെ മറ്റൊരു സ്ഥലത്തുമാണ് താമസിപ്പിച്ചിരുന്നത്.

ആദ്യം അമ്മയെ വേർപിരിഞ്ഞു. ഇപ്പോൾ ജ്യേഷ്ഠനും കൂടെയില്ല. കൊച്ചുചാർലിക്ക് കരച്ചിൽ വന്നു.

രണ്ടുമാസം കഴിഞ്ഞില്ല; അമ്മ കുട്ടികളെതേടിയെത്തി; സ്കൂൾ അധികൃതരോടു സമ്മതം വാങ്ങി ‘കെന്നിങ്ടൺ പാർക്കിൽ കുറേ നേരമിരുന്നു. മൂന്നുപേരും ഒന്നിച്ചിരുന്ന് ഉച്ചഭക്ഷണം കഴിച്ചു. അമ്മയോടൊപ്പം അനാഥാലയത്തിൽച്ചെന്നു. തിരിച്ചു വീണ്ടും ഹാൻവെൽ സ്കൂളിലെത്തി.

പിന്നീട് ഒരു വർഷത്തോളം അവിടെ കഴിയേണ്ടി വന്നു. ഇവിടെവച്ചാണ് ചാർലിയുടെ പഠനം ആരംഭിച്ചത്. ‘ചാപ്ലിൻ’ എന്നെഴുതാൻ പഠിച്ച ദിവസം എന്തൊരാനന്ദമായിരുന്നെന്നോ?

ഹാൻവെൽ സ്കൂളിൽ ആൺകുട്ടികൾക്കും പെൺകുട്ടികൾക്കും പ്രത്യേക വിഭാഗങ്ങളുണ്ട്. കൊച്ചുകുട്ടികൾ ശനിയാഴ്ച വൈകുന്നേരമാണ് കുളിമുറി ഉപയോഗിക്കുക. മുതിർന്ന പെൺകുട്ടികളാണ് അവരെ കുളിപ്പിക്കുന്നത്. അവർ ശരീരത്തിൽ തൊടുമ്പോൾ ചാർലിക്ക് നാണം തോന്നും.

ഏഴു വയസായപ്പോൾ ചാർലിയെ മുതിർന്ന കുട്ടികളുടെ വിഭാഗത്തിലേക്കു മാറ്റി. പതിനാലു വയസുവരെയുള്ള കുട്ടികൾ അവിടെ ഉണ്ടായിരുന്നു.

വിസ്തൃതമായ കുളിസ്ഥലത്തിനു ചുറ്റുമാണ് ഓഫീസുമുറി. സാധനസാമഗ്രികൾ സൂക്ഷിക്കുന്ന മുറികൾ, ഡോക്ടറുടെ ഡിസ്പെൻസറി, കുട്ടികൾക്കു വസ്ത്രം മാറാനുള്ള

മുറി എന്നിവ സ്ഥിതിചെയ്യുന്നത്. മൈതാനത്തിന്റെ ഇരുണ്ട മൂലയിൽ ഒരൊഴിഞ്ഞ മുറിയുണ്ട്. കുറ്റം ചെയ്ത കുട്ടികളെ ഇതിനകത്താണ് അടച്ചിടുക.

ശിക്ഷ നടപ്പിലാക്കുന്നത് എല്ലാ വെള്ളിയാഴ്ചയുമാണ്. അന്നു രാവിലെ മുഴുവൻ കുട്ടികളും വരിവരിയായി മാർച്ചുചെയ്ത് ജിംനേഷ്യം ഹാളിന്റെ വരാന്തയിൽ മൂന്നു വശങ്ങളിലായി നിരനിരയായി നിൽക്കണം. നാലാമത്തെ വശത്ത് ഒരു ഡസ്കിന്റെ പിറകിലായി കുറ്റവാളിയെ നിർത്തും.

നേവിയിൽനിന്നു വിരമിച്ച ഇരുന്നൂറു പൗണ്ടു തൂക്കമുള്ള 'ക്യാപ്റ്റൻ ഹിൽഡ്രേ'മാണ് ശിക്ഷ നടപ്പിലാക്കുന്നത്. ചെറിയ കുറ്റങ്ങൾക്ക് കുറ്റവാളിയെ ഡസ്കിൽ കമിഴ്ത്തിക്കിടത്തും. ഹിൽഡ്രമിന്റെ സഹായികളിൽ ഒരാൾ കുട്ടിയുടെ ഷർട്ട് മുകളിലേക്കും ട്രൗസർ താഴേക്കും വലിച്ചിടും. ചന്തിക്കു മൂന്നടിയാണ് ഏറ്റവും കുറഞ്ഞ ശിക്ഷ. കൂടിയത് ആറും. ഭീകരമായ ഈ കാഴ്ചയും ശിക്ഷിക്കപ്പെടുന്ന കുട്ടിയുടെ നിലവിളിയും കണ്ടും കേട്ടും പലരും ബോധം കെട്ടു വീഴും.

ഒരിക്കൽ, ചാർലിയും ഈ ശിക്ഷയ്ക്കു വിധേയനായി.

ഓരോ വ്യാഴാഴ്ചയും വൈകുന്നേരം മൈതാനത്തുനിന്ന് ബ്യൂഗിളിന്റെ ശബ്ദം ഉയരും. കുട്ടികൾ കളി നിർത്തി പ്രതിമകളെപ്പോലെ നിൽക്കും. അപ്പോൾ 'ക്യാപ്റ്റൻ ഹിൽഡ്രോ' ഒരു മെഗാഫോണിലൂടെ വെള്ളിയാഴ്ച ദിവസം ശിക്ഷയ്ക്കു വിധേയരാക്കേണ്ടവരുടെ പേരുകൾ ഉറക്കെ വായിക്കും.

ഒരു വ്യാഴാഴ്ച ചാർലിയുടെ പേരും വിളിച്ചു. എന്തു കുറ്റമാണു ചെയ്തതെന്നു മനസിലായില്ലെങ്കിലും കുറ്റം നിഷേധിക്കാതിരിക്കുന്നതാണു നല്ലതെന്നു മുതിർന്ന കുട്ടികൾ അവനെ ഉപദേശിച്ചു. കാരണം, കുറ്റവാളിയാണെന്നു തെളിഞ്ഞാൽ ശിക്ഷ അതികഠിനമായിരിക്കും.

വിചാരണദിവസം, പ്രധാനാധ്യാപകന്റെ മുന്നിൽ ചാർലി ഹാജരാക്കപ്പെട്ടു.

"നീ കുളിമുറിക്കു തീ കൊളുത്തി ഇല്ലേ?"

അദ്ദേഹം ചോദിച്ചു.

ചില കുട്ടികൾ കുളിമുറിയുടെ തറയിൽ ഏതോ കടലാസ് കഷണങ്ങൾ കത്തിച്ചിരുന്നു. തീ കത്തുന്നതുകണ്ട് എന്താണെന്നറിയാൻ ചാർലിയും അവിടേക്കു ചെന്നു. അതാണിപ്പോൾ കുളിമുറിക്കു തീ കൊടുത്തിരിക്കുന്നു എന്ന കുറ്റമായി മാറ്റിയിരിക്കുന്നത്.

"നീ കുറ്റം ചെയ്തോ, ഇല്ലയോ?"

ഹെഡ്മാസ്റ്റർ ശബ്ദം ഉയർത്തി

"ഞാൻ... ഞാൻ... കുറ്റവാളിയാണ്." പരിഭ്രമത്തോടെ ചാർലി സമ്മതിച്ചു.

ശിക്ഷ വിധിച്ചു.

ഡസ്കിൽ കിടത്തി ചന്തിക്കു മൂന്നടി.

തള്ള വിരലിനോളം വലുപ്പമുള്ള ചൂരൽകൊണ്ടാണ് അടി. അസഹ്യമായ വേദന. ചാർലി പുളഞ്ഞു. പക്ഷേ, കരഞ്ഞില്ല.

ഒരു വീരകൃത്യത്തിൽ പങ്കാളിയായ അനുഭവം.

വേദന ശമിപ്പിക്കാൻ ഒരാൾ അവനെ പായയിൽ കിടത്തി. പതിനൊന്നു വയസ്സു കഴിഞ്ഞാൽ 'ഹാൻവെല്ലിലെ' ആൺകുട്ടികൾക്ക് കരസേനയിലോ നാവികസേനയിലോ ചേരാനുള്ള സ്വാതന്ത്ര്യമുണ്ട്. സ്വന്തം കാലിൽ നിൽക്കാൻ ഒരു ജോലി നല്ലതാണെന്നു തോന്നിയ സിഡ്നി, നാവികസേനയുടെ 'എക്സ്മൗത്ത്' പരിശീലനക്കപ്പലിലേക്കു പോയി.

ചാർലിക്ക് വല്ലാത്ത ഏകാന്തത തോന്നി.

ചാർലിചാപ്ലിൻ

ആയിടെ സ്കൂളിലെ കുട്ടികളിൽ 'പുഴുക്കടി' പടർന്നു. രോഗം ബാധിച്ചവരെ ഒന്നാം നിലയിലെ പ്രത്യേക വാർഡിലാണു താമസിപ്പിച്ചിരുന്നത്. ആരെയും കാണാൻ അനുവദിക്കില്ല.

ഒരു ദിവസം ഭക്ഷണശാലയിൽ വച്ച് ജോലിക്കാരിലൊരാൾ അതു കണ്ടുപിടിച്ചു. "ചാർലിയുടെ തലയിൽ കൊക്കപ്പുഴു"

അവൻ പരിഭ്രമിച്ച് നിലവിളിച്ചു.

ചാർലിയുടെ തല മൊട്ടയടിച്ചു. മുകളിൽ, അയഡിൻപുശി തൂവാലകൊണ്ടു ചുറ്റിക്കെട്ടി.

ഹൊ. എന്തൊരസ്വാസ്ഥ്യം?

ചികിത്സ ഏറെനാൾ നീണ്ടു നിന്നു.

അതിനിടയിൽ, അമ്മ അവനെ കാണാനെത്തി. സുന്ദരിയായിരിക്കുന്നു അവർ. പ്രസാദവതിയും തല മുണ്ഡനം ചെയ്ത് വികൃതമായ ശരീരവുമായി അമ്മയുടെ അടുത്തു നിൽക്കാൻ അവനു ലജ്ജ തോന്നി.

"ഹന്ന മകനെ കെട്ടിപ്പുണർന്ന് മൂർദ്ധാവിൽ ഉമ്മവച്ചുകൊണ്ടു പറഞ്ഞു. 'എന്തു വൃത്തികേടായാലും എന്റെ പൊന്നുമോനെ ഞാനിപ്പോഴും സ്നേഹിക്കുന്നു."

അപ്പോൾ അവന് എന്താശ്വാസമായെന്നോ?

കുറച്ചു നാൾക്കകം സിഡ്നി, 'എക്സ്മൗത്ത്' വിട്ട് തിരിച്ചെത്തി. അമ്മ, അനാഥാലയത്തിൽ നിന്നു വിടുതൽ വാങ്ങി. ചാർലി, ഹാൻവെൽ സ്കൂളിലെ പഠനം നിർത്തി.

മൂവരും 'കെന്നിങ്ടൺ പാർക്കി'നു പിറകിലുള്ള ഒരു മുറിയിൽ താമസം തുടങ്ങി. എന്നാൽ അവിടെനിന്ന് പലതവണ താമസം മാറ്റേണ്ടി വന്നു.

ഹന്ന, എന്തെങ്കിലും ഒരു ജോലി കിട്ടുന്നതിനുവേണ്ടി പരമാവധി ശ്രമിച്ചു. ഒന്നിനും ഫലം കണ്ടില്ല. അനാഥാലയത്തിൽനിന്ന് തുന്നൽപ്പണിചെയ്ത് അവർ സമ്പാദിച്ച ഇത്തിരി കാശും തീർന്നു.

വീണ്ടും പട്ടിണി.

ഇനി അനാഥാലയം തന്നെ ശരണം.

ഇടവകയുടെ കീഴിലുള്ള വേറൊരു അനാഥാലയത്തി

ലാണ് ഇത്തവണ എത്തിച്ചേർന്നത്. അവിടുത്തെ അധികൃതർ ഇരുസഹോദരങ്ങളെയും 'നോർവുഡ്'സ്കൂളിലേക്കയച്ചു. പഠനം മുടങ്ങരുതല്ലോ.

ഹാൻവെൽ സ്കൂളുമായി താരതമ്യപ്പെടുത്തുമ്പോൾ ഒട്ടും സന്തോഷകരമല്ലാത്ത അന്തരീക്ഷമായിരുന്നു അവിടെ.

ദിവസങ്ങൾ കഴിഞ്ഞപ്പോൾ ഞെട്ടിപ്പിക്കുന്ന ഒരു വിവരം സ്കൂളിലെത്തി.

"ഹന്ന ചാപ്ലിന് ഭ്രാന്താണ്." അവരെ 'കെയ്ൻഹിൽ' മാനസികരോഗാശുപത്രിയിലേക്കു കൊണ്ടുപോയിരിക്കുന്നു.

വിവരമറിഞ്ഞ സിഡ്നിയും ചാർലിയും ചങ്കുപൊട്ടിക്കരഞ്ഞു.

3

അച്ഛന്റെ വീട്ടിൽ

അമ്മ, തങ്ങളെ ഉപേക്ഷിച്ചു പോയതുപോലെ അവർക്കു തോന്നി.

ഭാഗ്യമെന്നു പറയട്ടെ, ഏതാനും നാളുകൾക്കകം ഒരു കോടതിവിധിയെത്തി. രണ്ടുപേരുടെയും രക്ഷാകർതൃത്വം ചാർലിയുടെ പിതാവ് ഏറ്റെടുക്കണമെന്നായിരുന്നു അത്.

സ്കൂളധികൃതർ കുട്ടികളെ വാനിൽകയറ്റി, 287 കെന്നിങ്ടൺ റോഡ് എന്ന വിലാസത്തിലുള്ള വീട്ടിലെത്തിച്ചു.

അച്ഛന്റെ രണ്ടാംഭാര്യ ലൂസിയും നാലു വയസുള്ള മകനുമാണ് അവിടെ താമസം. രണ്ടു കുട്ടികൾ മാത്രമേ അവിടുള്ളൂ. വെളിച്ചം കടന്നു വരാത്ത കുടുസുമുറികൾ. ലൂസിയമ്മയുടെ മുഖവും അതുപോലെയായിരുന്നു. തണുത്ത സ്വീകരണം. കുട്ടികൾ അവിടെയെത്തിയത് അവർക്കു തീരെ ഇഷ്ടപ്പെട്ടില്ല. ചെന്നപാടെ, അടുക്കളപ്പണിയിൽ സഹായിക്കാനായിരുന്നു നിർദേശം. അച്ഛൻ വീട്ടിലെത്തിയത്, വളരെ വൈകിയാണ്. ചാർലി മുൻപൊരിക്കൽ അദ്ദേഹത്തെ കണ്ടിട്ടുണ്ട്. ഇരുണ്ട കണ്ണുകൾ. മുഴുത്തസ്വരം. എന്നാൽ, ശാന്തഭാവം, ചിന്താഗ്രസ്തൻ ആകാരംകൊണ്ട് അച്ഛൻ നെപ്പോളിയനെപ്പോലെയാണെന്നാണ് അമ്മ പറയാറുള്ളത്.

വന്ന ഉടനെ അയാൾ കുട്ടികളെ ആലിംഗനം ചെയ്തു. അവരോട് സ്നേഹത്തോടെ സംസാരിച്ചു.

ചാർലി, അച്ഛന്റെ ഓരോചലനവും നിരീക്ഷിക്കും. അദ്ദേഹം ഇറച്ചിമുറിക്കുമ്പോൾ കത്തിപിടിക്കുന്നത് പേനപിടിക്കുന്നതുപോലെയാണ്. നാടകശാലയിലേക്കു

പോകുന്നതിനു മുൻപുള്ള ഭക്ഷണം ആറോ ഏഴോ പച്ചമുട്ടകൾ കലർത്തിയുള്ള മുന്തിരി വീഞ്ഞ്. നിൽപ്പും നടത്തവും ഭാവവുമെല്ലാം തികഞ്ഞ നാടക നടന്റേതുതന്നെ.

ചാർലിക്ക് അച്ഛനോട് ആരാധന തോന്നി, പലപ്പോഴും അദ്ദേഹത്തെ അനുകരിച്ചായി അവന്റെ ചലനം.

അച്ഛനെപ്പോലെ ഒരു നടനാകണം. ഒരു വലിയ നടൻ.

അവൻ ആശിച്ചു.

ഇക്കാലത്തും സ്കൂൾ പഠനം തുടർന്നു. കെന്നിങ്ടൺ റോഡിൽ, വീട്ടിനു സമീപം തന്നെയായിരുന്നു സ്കൂൾ.

വൈകുന്നേരം ചാർലി വേഗം വീട്ടിലെത്തും. പിന്നെ പിടിപ്പതു പണിയാണ്. നിലമുരച്ചു വൃത്തിയാക്കുക, കത്തികൾ തുടയ്ക്കുക, കൽക്കരിപ്പാത്രം നിറയ്ക്കുക, കടയിൽ പോകുക തുടങ്ങി വിശ്രമില്ലാതെ ജോലി ചെയ്യേണ്ടിവന്നു ചാർലിക്ക്.

അപ്പോഴവന് എട്ടു വയസു മാത്രമാണു പ്രായം.

സ്കൂൾ വിട്ടാൽ ഫുട്ബോൾ കളികഴിഞ്ഞ് വൈകി മാത്രമേ സിഡ്നി വീട്ടിലെത്തൂ. ലൂസിയമ്മയെ അവൻ ഗൗനിക്കാറേയില്ല. അതിനാൽ അവർക്കും അവനെ ഇഷ്ടമില്ല.

കിടക്കുന്ന മുറി തീരെ ചെറുതായതിനാൽ ഒരിക്കൽ സ്വീകരണമുറിയിൽക്കിടന്നുറങ്ങുന്നതിന് സിഡ്നി അനുവാദം ചോദിച്ചു. ലൂസിയമ്മ അവനെ വഴക്കു പറഞ്ഞു. പ്രശ്നം അച്ഛന്റെ മുന്നിലെത്തി. അയാൾ ഭാര്യയോട് തട്ടിക്കയറി. സിഡ്നി വിജയിച്ചു.

അച്ഛനെപ്പോലെ ലൂസിയ

ചാപ്ലിന്റെ കുടുംബം. മാതാവ് അന്ന, പിതാവ് ചാർലി,സഹോദരൻ സിഡ്നി, ഡ്രൈഡൻ എന്നിവർ

മ്മയും മദ്യപിക്കുമായിരുന്നു. മദ്യപിച്ചു ഒരു രാത്രി അവർ കിടപ്പുമുറിയിലെത്തി. സിഡ്നിയുടെ കിടക്ക വലിച്ചുകീറി അവനോട് പ്രതികാരം വീട്ടി. വീട്ടിനുപുറത്തു കടക്കാൻ ആജ്ഞാപിച്ചു.

ഒരു കൊച്ചു പിച്ചാത്തിയുമായി സിഡ്നി, അവരെ നേരിട്ടു. എന്റെ അരികിൽ വന്നാൽ കൊന്നുകളയും. അവൻ ഭീഷണിപ്പെടുത്തി.

"ഈ തന്തയില്ലാത്തവൻ എന്നെ കൊല്ലാൻ വരുന്നേ...," അവർ വിളിച്ചുകൊണ്ട് പിറകോട്ടോടി.

"ഈ ചെറുക്കനെ ദുർഗുണ പരിഹാര പാഠശാലയിലേക്കയക്കണം. ഇവൻ എന്റെ ഭർത്താവിന്റെ മകൻ പോലുമല്ല. പിന്നെന്തിനു ഞാൻ കൂടെ പൊറുപ്പിക്കണം?"

അവർ പിറുപിറുത്തുകൊണ്ടിരുന്നു.

ഒരു ദിവസം കുട്ടികളോടുള്ള ക്രൂരത അവസാനിപ്പിക്കുന്നതിനുള്ള സംഘടനയിലെ ചില അംഗങ്ങൾ ലൂസിയെത്തേടിയെത്തി. സിഡ്നിയും ചാർലിയും പുലർച്ചെ മൂന്നു മണിക്ക് തെരുവിൽക്കിടന്നുറങ്ങുന്ന വിവരം പൊലീസുകാർ ഈ സംഘടനയിലെ ഭാരവാഹികളെ അറിയിച്ചിരുന്നു. ലൂസി രണ്ടു പേരെയും വാതിലടച്ചു പുറത്താക്കിയിരുന്ന ദിവസമായിരുന്നു അത്. അന്നു പൊലീസുകാരാണ് വാതിൽ തുറക്കാനാവശ്യപ്പെട്ട് അവരെ അകത്തു കയറ്റിയത്.

ഈ സംഭവം ലൂസിയെ കൂടുതൽ രോഷാകുലയാക്കി. അവർ കുട്ടികളോടു കയർത്തു. "പോ; ഇതു നിങ്ങളുടെ വീടല്ല. എനിക്കു നിങ്ങളെക്കൊണ്ടു മതിയായി. നിങ്ങളുടെ അച്ഛൻ തന്നെ നിങ്ങളെ നോക്കട്ടെ...,"

അവർ ആക്രോശിച്ചു.

നാടകം കളിക്കുന്നതിന് പുറം സ്ഥലങ്ങളിലേക്കു പോകുന്ന അച്ഛൻ ഇടയ്ക്ക് വീട്ടിലെത്തുമ്പോഴാണ് ഈ വിവരം അറിയുക. മദ്യലഹരിയിൽ അദ്ദേഹം ലൂസിയോടു കലഹിക്കും. കിട്ടിയതെടുത്ത് അവരുടെ നേർക്കു വലിച്ചെറിയും. ഒരിക്കൽ, ഭാരമുള്ള അലക്കുബ്രഷാണ് എടുത്തെറിഞ്ഞത്. അത് മുഖത്തിന്റെ ഒരു വശത്തുകൊണ്ട് അവർ ബോധമറ്റു വീണു.

കഷ്ടദിനങ്ങളായിരുന്നു അവ. അച്ഛനോടൊത്തുള്ള താമസം സന്തോഷകരമാകുമെന്നു കരുതി. പക്ഷേ, രണ്ടാനമ്മയുടെ പീഡനങ്ങളേറ്റു കഴിയാനായിരുന്നു വിധി.

കുറെ ദിവസങ്ങൾ അങ്ങനെ കഴിഞ്ഞു. ഒരു ദിവസം, ലൂസിക്ക് ഒരെഴുത്തുകിട്ടി. അമ്മ, മാനസികരോഗാശുപത്രി വിട്ടു വന്നിരിക്കുന്നു എന്നാണ് അതിലെ വിവരം.

രണ്ടു ദിവസത്തിനു ശേഷം, ഒരു സ്ത്രീ പുറത്തുവന്നു നിൽക്കുന്നതായി വീട്ടുടമസ്ഥ പറഞ്ഞു. "അത് നിങ്ങളുടെ അമ്മയാണ്."

പുറത്തേക്കു നോക്കി ലൂസി പറഞ്ഞു.

അമ്മയ്ക്കും ലൂസിയമ്മയ്ക്കും പരസ്പരം കാണാൻ വിഷമമുണ്ടായിരുന്നു.

കുട്ടികൾ, അവരുടെ സാധനങ്ങളുമായി അമ്മയുടെ അടുത്തു ചെന്നു.

ഹന്ന, വാത്സല്യത്തോടെ തന്റെ മക്കളെ വാരിപ്പുണർന്നു.

4

അഭിനയത്തിന്റെ അദ്യ ചുവടുകൾ

ചാർലിക്ക് ആദ്യമായി അഭിനയിക്കാൻ അവസരം ലഭിച്ചത് അഞ്ചാം വയസിൽ.

അഭിനയത്തിനിടെ തൊണ്ടയ്ക്ക് അസുഖംബാധിച്ചപ്പോൾ നാടകശാലയിലേക്ക് ചാർലിയെയും കൊണ്ടുപോകുമായിരുന്നു ഹന്ന. കാണികളിൽ അധികപേരും പട്ടാളക്കാരായിരുന്നു. ഒരു ദിവസം തോഴിയായി അഭിനയിച്ചിരുന്ന ഹന്നയുടെ ശബ്ദം പൊടുന്നനെ പതറി. ശബ്ദം തീരെ പുറത്തുവരാതെ അവർ വിഷമിച്ചു. കാണികൾ പരിഹസിച്ചു കൂവാൻ തുടങ്ങി. ഹന്ന, കണ്ണീരോടെ വേദിക്കു പുറകിലേക്കോടി.

എന്തു ചെയ്യണമെന്നറിയാതെ സ്റ്റേജിനരികിൽ പകച്ചു നിൽക്കുകയായിരുന്നു ചാർലി. ചിലപ്പോഴെല്ലാം അവൻ മറ്റുള്ളവരെ അനുകരിച്ച് കൊച്ചുകലാപരിപാടികൾ നടത്തുന്നത് നാടക മാനേജർ കണ്ടിട്ടുണ്ട്. അയാൾ കൂടുതലൊന്നുമാലോചിക്കാതെ ചാർലിയെ സ്റ്റേജിലേക്കാനയിച്ചു. ബഹളം വെക്കുന്ന സദസ്യരോട് അവനെക്കുറിച്ച് ഏതാനും ചില കാര്യങ്ങൾ പറഞ്ഞ് അയാൾ അപ്രത്യക്ഷനായി.

സ്റ്റേജിൽ ചാർലി തനിച്ചായി. എന്തുചെയ്യാനാ? അവൻ ആലോചിച്ചു.

പെട്ടെന്ന്, പിന്നണിസംഗീതം ഉയർന്നു. അമ്മ പഠിപ്പിച്ച 'ജാക്ക് ജോൺസ്'എന്ന പ്രസിദ്ധമായ ഗാനം അവൻ ഉറക്കെ പാടി. സദസ്സ് ആസ്വദിച്ച് കയ്യടിച്ചു.

ആവേശം കയറിയ ചാർലി മറ്റൊരു പാട്ടുകൂടി പാടി.

അപ്പോഴേക്കും സ്റ്റേജിൽ നാണയങ്ങൾ വന്നു വീഴാൻ തുടങ്ങി. പാട്ടു നിർത്തി ചാർലി നാണയങ്ങൾ പെറുക്കുന്ന തുകണ്ട കാണികൾ ചിരി ഉയർത്തി.

അതിനിടെ സ്റ്റേജ് മാനേജർ ഒരു തൂവാലയുമായെത്തി. നാണയം പെറുക്കാൻ അവനെ സഹായിക്കാനൊരുങ്ങി. ചാർലി, അയാളെ തള്ളിമാറ്റി. അവന്റെ ചലനവും ഭാവവും കാണികളെ വീണ്ടും ചിരിപ്പിച്ചു.

പണം അമ്മയെ ഏൽപ്പിച്ച് തിരിച്ചു വന്ന ചാർലി വീണ്ടും പാടി. പാട്ടിനൊത്ത് നൃത്തം ചെയ്തു. പല നടീനടന്മാരെയും അനുകരിച്ചു. ഒടുവിലായി അമ്മ പാടിയ ഐറിഷ് പടയണിപ്പാട്ടു പാടി. പൊടുന്നനെ ശബ്ദം ഇടറിയതായി അഭിനയിച്ചു. കാണികൾ ആർത്തു ചിരിച്ചു. സ്റ്റേ

ജിൽ നാണയങ്ങൾ കുമിഞ്ഞു കൂടി. അമ്മ വന്ന് ചാർലിയെ പൊക്കിയെടുത്ത് പിന്നണിയിലേക്കോടി.

ഹന്നയുടെ നാടകാഭിനയത്തിന്റെ അവസാന ദിവസ മായിരുന്നു അന്ന്. ചാർലിയുടെ ആദ്യദിവസവും.

പിന്നീട്, സ്കൂളിൽ ക്രിസ്മസിനോടനുബന്ധിച്ച് 'സിൻ ഡ്രല്ല' എന്ന നാടകീയ ഗാനാലാപന പരിപാടി നടന്നപ്പോ ഴാണ് വീണ്ടും അഭിനയിക്കണമെന്ന മോഹമുദിച്ചത്.

എന്നാൽ, ചാർലി തെരഞ്ഞെടുക്കപ്പെട്ടില്ല.

മകന്റെ അഭിനയതാൽപ്പര്യം കണ്ടറിഞ്ഞ അമ്മ ഒരി ക്കൽ ഒരു ദിനപത്രക്കടയുടെ പുറത്തു തൂക്കിയിട്ടിരുന്ന പത്ര ത്തിൽ നിന്ന്, ഒരു ഹാസ്യഗാനം പകർത്തിയെടുത്തു. 'പ്രസി ല്ലയുടെ പൂച്ച' എന്നായിരുന്നു അതിന്റെ പേര്.

ഒരുദിവസം; ക്ലാസിലെ ഒഴിവുവേളയിൽ അവനത് മറ്റൊരു കുട്ടിയെ ചൊല്ലി കേൾപ്പിച്ചു. ചാർലിയുടെ ക്ലാസ് അധ്യാപകൻ 'റെയ്സ്' ഇതു കേൾക്കാനിടയായി. അദ്ദേഹം മറ്റു കുട്ടികൾക്കുവേണ്ടി ആ ഗാനം അവതരിപ്പിക്കുവാൻ തന്റെ ശിഷ്യനോട് ആവശ്യപ്പെട്ടു.

തനിക്കു കിട്ടിയ അവസരം ചാർലി ശരിക്കും വിനി യോഗിച്ചു.

കൂട്ടുകാർ ചിരിച്ചു മണ്ണുകപ്പി.

ചാർലിയുടെ പ്രശസ്തി സ്കൂൾ മുഴുവൻ പരന്നു. എല്ലാ ക്ലാസുകളിലും അവന് ഹാസ്യഗാനം ആലപിക്കേ ണ്ടിവന്നു. അതുവരെ അറിയപ്പെടാത്തവനും നാണം കുണു ങ്ങിയുമായ ആ കൊച്ചുപയ്യൻ അങ്ങനെ അധ്യാപകരു ടെയും കുട്ടികളുടെയും ഇടയിൽ ഒരു ഹീറോ ആയി മാറി.

ചാർലിയുടെ അഭിനയ ജീവിതത്തെ സ്വാധീനിച്ച മറ്റൊരു സംഭവം നടന്നത് കെന്നിംഗ്ടൺ ക്രോസിലെ വാട കമുറിയിൽ താമസിച്ചിരുന്നപ്പോഴാണ്.

തെരുവിന്റെ അറ്റത്ത് ഒരു അറവുശാലയുണ്ടായിരുന്നു. കശാപ്പിനു കൊണ്ടുവന്ന ഒരു ആട് രക്ഷപ്പെട്ട് തെരുവിലൂടെ തലങ്ങും വിലങ്ങും ഓടാൻ തുടങ്ങി. ഇത് കാഴ്ചക്കാർക്ക് ഹരമായി. ചിലർ അതിന്റെ പിന്നാലെ ഓടി തട്ടിത്തടഞ്ഞു

വീണു. മറ്റുള്ളവർ ആടിനെ ബലാൽക്കാരമായി പിടിച്ചു നിർത്താൻ ശ്രമിച്ചു.

ബേ... ബേ... എന്നു നിലവിളിച്ച് ആട് കുതറിയോടി. ചാർലി, കരഞ്ഞുകൊണ്ട് വീട്ടിലേക്കും.

'അവരതിനെ കൊല്ലാൻ കൊണ്ടുപോകുന്നു' ചിണുങ്ങിക്കൊണ്ട് അവൻ അമ്മയോടു പറഞ്ഞു.

ഹന്ന, അവനെ ആശ്വസിപ്പിച്ചു. എങ്കിലും ആ സംഭവം ചാർലിയുടെ മനസിൽ മായാതെകിടന്നു. ആടിനെ പിന്തുടർന്നോടിയപ്പോഴുണ്ടായ രസകരമായ രംഗങ്ങളും അത് കൊലക്കത്തിക്കിരയാകുമല്ലോ എന്ന ദീനാനുകമ്പയും പിന്നീടുള്ള ജീവിതത്തിലും അഭിനയത്തിലും ചാർലി ചാപ്ലിന് മുതൽകൂട്ടായി.

5

നാടക സംഘത്തിൽ

എട്ടു പേരടങ്ങിയ നാടകസംഘം. ചാപ്ലിൻ സീനിയറിന്റെ സുഹൃത്തായ മി. ജാക്സനായിരുന്നു അതിന്റെ ഉടമ. നേരത്തെ ലങ്കാഷിയറിൽ ഒരു സ്കൂളധ്യാപകനായിരുന്നു അദ്ദേഹം.

സംഘത്തിൽച്ചേർന്നാൽ രണ്ടാണു കാര്യം. ചാർലിയുടെ അഭിനയ പരിശീലനം നടക്കും. ഹന്നയ്ക്ക് സാമ്പത്തിക സഹായവും ലഭിക്കും.

ഇങ്ങനെ ഒരു നിർദേശം ഉയർന്നു വന്നപ്പോൾ ആദ്യമൊന്നും ഹന്ന സമ്മതിച്ചില്ല. മി. ജാക്സനെകണ്ട് സ്ഥിതിവിവരങ്ങൾ നേരിട്ടറിഞ്ഞതിനു ശേഷമേ അവർ മകനെ സംഘത്തിൽ ചേർക്കുന്നതിന് അനുമതി നൽകിയുള്ളൂ.

നൃത്തവും പാട്ടും സർക്കസുമൊക്കെ ഇടകലർന്ന പരിപാടിയാണ് 'അഷ്ടലങ്കാഷിയർ പയ്യന്മാർ' എന്ന സംഘം അവതരിപ്പിച്ചിരുന്നത്. സംഘത്തിലെ നാലുപേർ മി. ജാക്സന്റെ മക്കൾ തന്നെയാണ്. കുട്ടികളുടെ കൂട്ടത്തിൽ പ്രായക്കുറവ് ചാർലിക്കായിരുന്നു.

ആറാഴ്ചത്തെ പരിശീലനംകൊണ്ട് മറ്റുള്ളവരെപ്പോലെ നൃത്തം ചെയ്യാൻ അവൻ പഠിച്ചു. എന്നാൽ ഒരു ബാലഹാസ്യനടനാവുന്നതിലായിരുന്നു ചാർലിക്കു താൽപ്പര്യം.

ക്രിസ്തുമസ് കാലത്ത് *സിൻഡ്രെല്ല* നാടകമാണ് കൂടുതൽ അരങ്ങേറുക. നാടകത്തിൽ കുട്ടികൾ പട്ടിയുടെയോ പൂച്ചയുടെയോ മുഖംമൂടി ധരിച്ചെത്തും. അവർ പലപല

കോമാളിത്തരങ്ങൾകാട്ടും, ചാർലി, പൂച്ചയുടെ വേഷത്തിലാണെത്തുക, സംവിധായകൻ പറയാത്ത പല കാര്യങ്ങളും മനോധർമമനുസരിച്ച് അവൻ ചെയ്യും. പട്ടിയുടെ പൃഷ്ഠം മണപ്പിച്ചുള്ള ചാർലിയുടെ ഒരു വിറയുണ്ട്. ഹോ; അതു മതി കാണികൾ തലതല്ലിച്ചിരിക്കാൻ.

'അഷ്ടലങ്കാഷിയർ പയ്യന്മാർ' കാണികളുടെ ഹരമായി മാറി.

കൊച്ചു ചാർലിയുടെ കോമാളിത്തരങ്ങൾക്ക് ധാരാളം ആരാധകരുണ്ടായി. സംഘത്തിൽ മറ്റാർക്കുമില്ലാത്ത സ്ഥാനം അവനു ലഭിച്ചു. അരങ്ങിൽ സ്വതന്ത്രമായി അഭിനയിക്കാം. പാടാം. നൃത്തം ചെയ്യാം.

ആർക്കും ആക്ഷേപത്തിനിടം നൽകാതെ, തനിക്കു കിട്ടിയ ഓരോ അവസരവും ചാർലി, സമർഥമായി ഉപയോഗിച്ചു.

മറ്റു നടന്മാരുടെ രീതികൾ സസൂക്ഷ്മം നിരീക്ഷിക്കുകയായിരുന്നു ഈ പ്രതിഭ. പ്രശസ്ത ഇംഗ്ലീഷ് സാഹിത്യകാരനായ ചാൾസ് ഡിക്കൻസിന്റെ ചില കഥാപാത്രങ്ങളെ അനുകരിച്ച് പ്രശസ്തിയിലേക്കുയർന്ന ബ്രാൻസ്ബി വില്യംസ് എന്ന നാടക നടനെ ചാർലി പരിചയപ്പെട്ടു. അദ്ദേഹത്തിൽ നിന്ന് ഡിക്കൻസിന്റെ *ഒലിവർട്വിസ്റ്റ്* എന്ന പുസ്തകം വാങ്ങി അതിലെ കഥാപാത്രങ്ങളെ തന്റെ നാടക കൂട്ടുകാരുടെ മുന്നിൽ അവൻ അഭിനയിച്ചു കാണിക്കുമായിരുന്നു. ഒരു ദിവസം മി. ജാക്സൻ ഇതു കാണാനിടയായി. ആ നാടകസംഘം ഉടമ അവനെ വാനോളം പുകഴ്ത്തി.

ചാപ്ലിന്റെ വിവിധ ഭാവങ്ങൾ

മിഡിൽസ് തീയേറ്ററിൽ ബാലസംഘത്തിന്റെ പതിവു

നൃത്തപരിപാടികൾക്കുശേഷം മി. ജാക്സൻ വേദിയിൽ പ്രത്യക്ഷപ്പെട്ടു. തന്റെ സംഘത്തിൽപ്പെട്ട ഒരു കുട്ടി ബ്രാൻസ്ബി വില്യംസ് എന്ന പ്രശസ്ത നടൻ അവതരിപ്പിക്കുന്ന 'ദ ഓൾഡ് ക്യൂരിയോസിറ്റി ഷോപ്പിലെ' വൃദ്ധനെ അനുകരിച്ചു കാണിക്കുമെന്നും പ്രഖ്യാപിച്ചു.

തൊണ്ണൂറു വയസായ വൃദ്ധനായി ചാർലി രംഗത്തുവന്നു. എവിടെ നിന്നോ സംഘടിപ്പിച്ച ഒരു കഷണ്ടിവിഗ് തലയിൽ വച്ചിരുന്നു.

കൂനിക്കൂടിയുള്ള നടത്തവും വിറച്ചുവിറച്ചുള്ള സംഭാഷണവും... പടുവൃദ്ധന്റെ വേഷത്തിൽ ഒരു പീക്കിരിപ്പയ്യൻ! അതും ചാൾസ് ഡിക്കൻസിന്റെ പ്രശസ്ത കഥാപാത്രമായി..

ഒരു മഹാനടനിലേക്കുള്ള ജൈത്രയാത്രയിൽ ഇങ്ങനെ എന്തെല്ലാം വേഷങ്ങൾ!

പഠനം നിർത്തി ചാർലി നാടകസംഘത്തോടൊപ്പം ഊരു ചുറ്റി നടക്കുന്നതിൽ ഹന്നയ്ക്കു വിഷമം. അവർ, മകനെ തിരികെ വിളിച്ചു. ആയിടെ ചാർലിക്ക് ആത്സ്മാരോഗവും പിടിപെട്ടു. ഭാഗ്യം! രോഗം അധികം നീണ്ടു നിന്നില്ല.

സിഡ്നിക്ക് പോസ്റ്റോഫീസിൽ ടെലിഗ്രാഫ് ബോയിയുടെ ജോലി കിട്ടി. ഹന്ന, വീണ്ടും തയ്യൽ ജോലിയിലേർപ്പെട്ടു. സിഡ്നിയുടെ ശമ്പളവും ഹന്നയുടെ തുന്നൽപ്പണിയിൽ നിന്നുള്ള വരുമാനവുംകൊണ്ട് കുടുംബം പട്ടിണിയില്ലാതെ കഴിഞ്ഞു.

ഇതിനിടയിലാണ് അച്ഛൻ മരിച്ചത്. മുപ്പത്തി ഏഴാമത്തെ വയസിൽ, അമിത മദ്യപാനം തന്നെ കാരണം.

6

ജീവിക്കാൻ വേണ്ടിയുള്ള വേഷങ്ങൾ

അച്ഛന്റെ മരണം ചാർലിയെ ദു:ഖത്തിലാഴ്ത്തി.

എല്ലാ ശനിയാഴ്ചയും ഉച്ചതിരിഞ്ഞ് അവൻ പൂക്കൾ വിൽക്കാനിറങ്ങും. ആൾക്കാർ കൂടുന്നിടത്തും കടകളിലും ചെന്ന് ചാർലി പൂ വിൽക്കും. ഉച്ചയ്ക്കു ശേഷമുള്ള കച്ചവടമാണെങ്കിലും അഞ്ചു ഷില്ലിങ്ങിൽ കുറയാത്ത വരുമാനം ലഭിക്കും. ഈ സമ്പാദ്യവുമായി അമ്മയുടെ അടുത്തെത്തുമ്പോൾ അവർക്കും സന്തോഷം.

ഒരു ദിവസം മദ്യശാലയിൽ പൂക്കൾ വിറ്റു മടങ്ങുമ്പോൾ ഹന്ന അവനെ കണ്ടു. “കുടി നിന്റെ അച്ഛനെ നശിപ്പിച്ചു. ഇത്തരം സ്ഥലങ്ങളിൽ പൂ വിറ്റുകൊണ്ടുള്ള കാശ് നമുക്കു വേണ്ട.” രോഷത്തോടെ മകനെ പിടിച്ചു വലിച്ച് അവർ വീട്ടിലേക്കു നടന്നു.

അതോടെ പൂക്കച്ചവടം നിന്നു.

സ്കൂൾ പഠനം നിർത്തി എന്തെങ്കിലും ജോലി ചെയ്ത് വരുമാനമുണ്ടാക്കണമെന്ന മോഹം അപ്പോഴും ചാർലിയെ വിട്ടുപിരിഞ്ഞില്ല.

ഒടുവിൽ അമ്മയോട് സമ്മതം വാങ്ങി അവൻ ജോലി തേടിയിറങ്ങി. എന്തെല്ലാം ജോലികൾ! എത്രയെത്ര അനുഭവങ്ങൾ!

ഒരു മെഴുകുതിരി വിൽപ്പനക്കാരനുവേണ്ടി സന്ദേശങ്ങൾ എത്തിക്കുന്ന ജോലിയായിരുന്നു ആദ്യം. പിന്നീട്, ഒരു ഡോക്ടറുടെ അടുത്ത് സന്ദർശകരെ സ്വീകരിക്കുന്ന ജോലിയും തൂപ്പു ജോലിയും മാറി മാറി ചെയ്യേണ്ടിവന്നു.

അവിടെ നിന്ന് ഡോക്ടറുടെ ഭാര്യവീട്ടിൽ വേലക്കാരനായെത്തി. ഒരുനാൾ ശുചീകരണ പ്രവർത്തനത്തിനിടയിൽ കണ്ടെത്തിയ ഇരുമ്പുകുഴലിലൂടെ ഒന്ന് ഊതി. ഹായ്; നല്ല രസം. പക്ഷേ, ശബ്ദം കേട്ടെത്തിയ കൊച്ചമ്മയ്ക്ക് അതത്ര പിടിച്ചില്ല. അവർ അപ്പോൾത്തന്നെ അവനെ പറഞ്ഞു വിട്ടു.

പത്രമാസികാവിൽപ്പനയായിരുന്നു അടുത്ത ജോലി. എന്നാൽ അതിനു തക്ക പ്രായവും പക്വതയുമില്ലാത്തതിനാൽ ഉടമസ്ഥർ അവിടെ നിന്നും ചാർലിയെ പിരിച്ചുവിട്ടു.

പിന്നെ കണ്ണാടി വാർപ്പുകാരനോടൊപ്പം ചേർന്നു. പണി തുടങ്ങിയ ആദ്യ ദിവസം തന്നെ കഠിനമായ ചൂടേറ്റ് ആ ബാലൻ തളർന്നുവീണു. അങ്ങനെ ആ ജോലിയും വേണ്ടെന്നു വച്ചു. അച്ചുകൂടത്തിലെ തൊഴിലാളിയുടെ വേഷത്തിലാണ് പിന്നെ ചാർലിയെ കാണുന്നത്. ഇരുപതടിയിലധികം നീളമുള്ള 'പ്രിന്റർ' പ്രവർത്തിപ്പിക്കാൻ അവൻ നന്നേ ക്ലേശിച്ചു. എന്നാലും രസകരമായിരുന്നു ആ ജോലി. 'ലിവർ' വലിച്ചാൽ ഒരു ഭീകര ജന്തുവിനെപ്പോലെ ശബ്ദം പുറപ്പെടുവിക്കുന്ന മെഷീൻ. ആദ്യം വല്ലാതെ ഭയന്നു. പിന്നെപ്പിന്നെ ഒരു കൂട്ടുകാരനെപ്പോലെ അതിനോടിണങ്ങി.

ആഫ്രിക്കയിലേക്കു പോകുന്ന ഒരു യാത്രാക്കപ്പലിൽ സിഡ്നിക്ക് 'കാഹളമൂത്തു'കാരനായി ജോലികിട്ടി. ഭക്ഷണസമയവും മറ്റും യാത്രക്കാരെ അറിയിക്കുന്നതിന് കുഴലൂതണം. രണ്ടുപവൻ പത്ത് ഷില്ലിങ് പ്രതിമാസ ശമ്പളം. കുറച്ചുതുക മുൻകൂറായി ലഭിക്കുകയും ചെയ്തു. അതവൻ അമ്മയെ ഏൽപ്പിച്ചു.

സ്ഥിതിഗതികൾ മെച്ചപ്പെട്ടപ്പോൾ ചെൽസ്റ്റർ സ്ട്രീറ്റിൽ രണ്ടുമുറി വീടെടുത്ത് താമസം അങ്ങോട്ടുമാറി.

ഏറെ വൈകാതെ സിഡ്നി തിരിച്ചെത്തി. നീണ്ടു നിന്ന ജലദേഷം അവനെ വല്ലാതെ വലച്ചു. കരുതിയിരുന്ന പണവും തീർന്നു. ഇതിനോടകം ചാർലി, അച്ചുകൂടത്തിലെ തൊഴിലും മതിയാക്കിയിരുന്നു..

അവൻ, വീട്ടിലെ പഴയ വസ്ത്രങ്ങൾ ശേഖരിച്ചു വിൽക്കാനുള്ള ശ്രമമായി. എന്നിട്ടോ. ആകെ വിറ്റു പോയത് കണങ്കാലുറ മാത്രം. അതും ആറുപെനിക്ക്.

ആ കച്ചവടവും വിജയിച്ചില്ല. ഉയർന്ന വാടക നൽകാൻ കഴിയാത്തതിനാൽ രണ്ടുമുറി വീടുപേക്ഷിച്ച്

വീണ്ടും പൗനൽ ടെറസിലെ ഒറ്റമുറി വീട്ടിലേക്കു തന്നെ തിരിച്ചെത്തേണ്ടിയും വന്നു.

അവിടെ വച്ചാണ് കളിപ്പാട്ടങ്ങളുണ്ടാക്കുന്ന വൃദ്ധനെയും മകനെയും പരിചയപ്പെട്ടത്. ആ തൊഴിലിന് കുറഞ്ഞ മുതൽ മുടക്കു മതി.

കളിപ്പാട്ട നിർമാണത്തിനാവശ്യമായ ചെരുപ്പു പൊതിഞ്ഞു വരുന്ന പെട്ടി, വർണകടലാസ്, പശ, കാർഡ്ബോർഡ് എന്നിവയ്ക്ക് തുച്ഛമായ തുകയേ വേണ്ടു.

കളിബോട്ടുകളാണ് അവരുണ്ടാക്കുന്നത്. നിർമാണരീതി വളരെ ലളിതമാണ്.

ബോട്ടിനുവേണ്ട അരികുകൾ ചെരുപ്പുപെട്ടിയിൽ നിന്നും മുറിച്ചെടുക്കും. പിന്നെ കാർഡ്ബോർഡ് കഷ്ണത്തിൽ തുന്നിപ്പിടിപ്പിക്കും. അതിന്റെ മിനുസമുള്ള ഭാഗത്ത് പശ തേച്ച് അവിടെ ഈർച്ചപ്പൊടി തൂകും.

വർണ്ണകടലാസ് ചുരുട്ടിയാണ് പായ്മരമുണ്ടാക്കുക. എന്നിട്ട് നീലയും പച്ചയും നിറമുള്ള കടലാസുകൊണ്ട് കൊടിയുണ്ടാക്കി അതിൽ കെട്ടും.

ബോട്ട് റെഡി.

ചാർലി, വളരെ പെട്ടെന്നു തന്നെ ഈ വിദ്യ വശത്താക്കി. കിഴവനും മകനും മറ്റൊരു നാട്ടിലേക്കുപോയപ്പോൾ ആറുപെനി മുടക്കി അവൻ മുപ്പത്തിയാറു ബോട്ടുണ്ടാക്കി.

'കളിപ്പാട്ടം വേണോ... കളിപ്പാട്ടം..'

ചാർലി, ആ വർണ്ണ ബോട്ടുകൾ വിറ്റു നടന്നു. പക്ഷേ, താമസിക്കുന്ന ഇടുങ്ങിയ ഒറ്റമുറിയിൽ അമ്മയുടെ തയ്യൽ ജോലിയും ചാർലിയുടെ കളിപ്പാട്ട നിർമാണത്തിനും വേണ്ട സ്ഥലമില്ല. പശ തിളപ്പിക്കുമ്പോഴുള്ള നാറ്റം വേറെ.

കളിപ്പാട്ട വിൽപ്പനയിൽ നിന്നുള്ള വരുമാനം അമ്മയു

ടെ തയ്യൽ ജോലിയിൽനിന്നു ലഭിക്കുന്നതിലും കുറവായതിനാൽ, ഒടുവിൽ ആ ജോലിയും ചാർലിക്ക് ഉപേക്ഷിക്കേണ്ടിവന്നു.

ഹന്നയ്ക്ക് പിന്നെയും മാനസികരോഗം. അവർ ആശുപത്രിയിലായി. സിഡ്നി വീണ്ടും കപ്പലിൽ ജോലിക്കു പോയപ്പോൾ ചാർലി തനിച്ചായി. ഊണും ഉറക്കവുമില്ല. കുറേനാൾ അലഞ്ഞു നടക്കേണ്ടി വന്നു. ജ്യേഷ്ഠൻ തിരിച്ചെത്തിയപ്പോഴാണ് ആശ്വാസമായത്. രണ്ടുപേരും അമ്മയെചെന്നുകണ്ടു. അവർക്കു കുറേക്കൂടി വിശ്രമം ആവശ്യമാണ്.

ഇനി കപ്പൽ ജോലിക്കില്ലെന്നും അഭിനയിക്കാനാണ് താൽപ്പര്യമെന്നും സിഡ്നി, അനുജനെ അറിയിച്ചു. ജ്യേഷ്ഠന്റെ വഴി തന്നെയായിരുന്നു ചാർലിയുടെയും ലക്ഷ്യം.

അങ്ങനെയാണ് പതിനാറു വയസുകാരനായ സിഡ്നിയും പന്ത്രണ്ടു വയസുള്ള ചാർലിയും അഭിനയിക്കാനുള്ള അവസരം തേടി നടന്നത്.

7

സിനിമയിലേക്ക്

ഇരുപതാംനൂറ്റാണ്ടിന്റെ തുടക്കം. നാടകനൃത്തസംഘങ്ങൾ നഗരങ്ങളിലും ഗ്രാമങ്ങളിലും സുലഭമായിരുന്ന കാലം. ഹാസ്യാഭിനയത്തിനു കഴിവുള്ളവർക്ക് സുവർണാവസരം.

ചാർലിയെ ഭാഗ്യം തുണച്ചു. ഒരു നാടക ഏജൻസി വഴി 'ജിം' എന്ന നാടകത്തിൽ ബാലതാരമായി അഭിനയിക്കാൻ കഴിഞ്ഞു. തുടർന്ന് 'ഷെർലക്ഹോംസ്' എന്ന നാടകത്തിലും. ശമ്പളം ആഴ്ചയിൽ രണ്ടു പവനും പത്തു ഷില്ലിങ്ങും.

ചാർലിയുടെ ശുപാർശയിൽ സിഡ്നിക്കും ഇതേ നാടകത്തിൽ അവസരം ലഭിച്ചു. നാടക സംഘത്തോടൊപ്പം രണ്ടുപേരും പര്യടനം തുടർന്നു.

നാടക കമ്പനിയുമായുള്ള കരാർ അവസാനിച്ചപ്പോൾ തിരിച്ച് നാട്ടിലെത്തി, അപ്പോഴേക്കും അമ്മ പൂർണസുഖം പ്രാപിച്ചിരുന്നു.

നല്ല വീട് വാടകയ്ക്കെടുത്തു. ആഡംബരമായി ജീവിച്ചു. അല്ലലില്ലാതെ കുറേദിവസം കഴിഞ്ഞു.

സിഡ്നി മറ്റൊരു നാടകസംഘത്തിൽ ചേർന്നു. തുടർന്ന് 'ഫ്രഡ്കാർ നോ നാടകക്കമ്പനിയിലെ പ്രമുഖ ഹാസ്യനടനായി മാറി. സിഡ്നിയുടെ സഹായത്തോടെ *ദ ഫുട്ബോൾ മാച്ച്* എന്ന നാടകത്തിൽ വില്ലനായി അഭിനയിക്കാൻ സന്ദർഭം ലഭിച്ചു. ചാർലിയും ഒടുവിൽ ഹാസ്യതാരമായാണ് രംഗം വിട്ടത്.

ആ കഥയിങ്ങനെ

'വെൽഡൺ' എന്ന പ്രസിദ്ധനടനാണ് നാടകത്തിലെ നായകൻ, ഹാസ്യാഭിനയത്തിന്റെ അവകാശി. ഗോളിയുടെ വേഷത്തിലാണ് ഇയാൾ അഭിനയിക്കുന്നത്. നായകൻ എത്തും മുൻപ് വില്ലൻ വന്ന് എതിർപക്ഷത്തെ ഗോളിയെ കൈക്കൂലികൊടുത്ത് സ്വാധീനിക്കണം. വളരെ ഗൗരവത്തോടെയാവണം ഇത്.

കോട്ടും തൊപ്പിയുമിട്ട് നീളൻ വടിയും ചുഴറ്റി ചാർലി രംഗത്തെത്തി. കണ്ണുകൾ രണ്ടും ചുവപ്പിച്ചിട്ടുണ്ട്. വില്ലന്മാർ വെക്കുന്ന നീണ്ട മൂക്കും പിടിപ്പിച്ചാണു വരവ്.

ആദ്യമായാണ് വില്ലനായി വേഷമിടുന്നത്. നല്ല പരിഭ്രമം. അതിനാൽ പഠിച്ച കാര്യങ്ങൾ മറന്നു. കാണികൾക്ക് പുറം തിരിഞ്ഞ് പൃഷ്ഠഭാഗം കാണിച്ചാണ് അരങ്ങേറ്റം. അത് സവിശേഷമായി ചലിപ്പിച്ചു. ചില ആംഗ്യവിക്ഷേപങ്ങൾ കാട്ടിയും സ്വന്തമായി സംഭാഷണങ്ങൾ തട്ടിവിട്ടും വില്ലൻ ഒരുവിധം വേദിയിൽ പിടിച്ചുനിന്നു.

അപ്പോഴതാ, ട്രൗസർ ഉരിഞ്ഞുവീഴുന്നു. അതിന്റെ ഒരു ബട്ടൺ സ്റ്റേജിലെവിടെയോ നഷ്ടപ്പെട്ടു.

അവൻ ട്രൗസർ വാരിവലിച്ചു കയറ്റി. നഷ്ടപ്പെട്ട ബട്ടൺ കണ്ടെടുത്തു.

കളി കണ്ട് ജനം ആർത്തു ചിരിച്ചു.

ആ സമയത്താണ് നായകന്റെ രംഗപ്രവേശം. വില്ലൻ നേരെ അയാളുടെ അടുത്തുചെന്ന് 'ഇതാ ഇതു കണ്ടില്ലേ, ഈ ട്രൗസർ അഴിയുന്നു. ബട്ടൺ തുന്നിപ്പിടിപ്പിക്കാൻ ഒരു സൂചി തരു, എന്നഭ്യർഥിച്ചു.

നായകനടൻ പല്ലിറുമ്മി.

സദസ്സ്, തലതല്ലി ച്ചിരിച്ചു.

വീണതു വിദ്യയാക്കിയ ചാർലിയുടെ അഭിനയം തുടർന്നുള്ള വേദികളിലും ആവർത്തിക്കപ്പെട്ടു.

താമസിയാതെ ചാർലി, നായകനടന്റെ സ്ഥാനത്തേക്ക് ഉയരുകയും ചെയ്തു.

പ്രധാനനടനായി 'കാർലോ കമ്പനി'യോടൊപ്പം പാരീസിലെത്തിയപ്പോൾ വയസ്സ് ഇരുപത്. ശമ്പളം ആഴ്ചയിൽ ആറു പവൻ. അക്കാലത്തെ പ്രസിദ്ധനടന്മാർ കൈപ്പറ്റിയിരുന്ന തുക.

ഒരു മാസം കഴിഞ്ഞാണ് ഇംഗ്ലണ്ടിൽ തിരിച്ചെത്തിയത്. പിന്നീട് കാർനോയുടെ *ദിവോ-വോസ്* എന്ന നാടകവുമായി അമേരിക്കയിലേക്കു പോകുന്നതിനുള്ള അവസരവും ലഭിച്ചു.

1910 സെപ്തംബർ മാസത്തിലായിരുന്നു അത്.

അമേരിക്കയിൽ ഒരു നടനെന്ന നിലയിൽ നല്ല ഭാവിയുണ്ട്. അതിന്, അവിടെ സ്ഥിരതാമസമാക്കണം. ഇക്കാര്യം വീട്ടിലറിഞ്ഞാൽ എതിർപ്പുണ്ടാകും. അതിനാൽ, ആരോടും ഒന്നും പറഞ്ഞില്ല. കാലത്തെഴുന്നേറ്റ് സിഡ്നിയെ ഉണർത്താതെ മേശമേൽ ഒരു കുറിപ്പെഴുതിവച്ചു.

'അമേരിക്കയിലേക്കു പോകുന്നു. നിനക്കെഴുതാം., സ്നേഹത്തോടെ ചാർലി.'

ദിവോ-വോസ് നാടകവും ചാപ്ലിന്റെ അഭിനയവും അമേരിക്കയിൽ പ്രസിദ്ധമായി. ന്യൂയോർക്ക്, ചിക്കാഗോ, കാലിഫോർണിയ, ടെക്സാസ്, സാൻഫ്രാൻസിസ്കോ, സാൾട്ട്ലെയ്ക്ക് സിറ്റി എന്നിവിടങ്ങളിലെല്ലാം ഈ നാടകം അരങ്ങേറി.

ഇടയ്ക്ക് ഇംഗ്ലണ്ടിലേക്കു തിരിച്ചു വരേണ്ടിവന്നു. ലണ്ടനിൽവച്ച് ആയിടെ സിഡ്നി വിവാഹിതനായതറിഞ്ഞു. അസുഖം മൂർച്ഛിച്ചതിനാൽ അമ്മയെ ആശുപത്രിയിലാക്കുകയും ചെയ്തു.

ബ്രിക്സ്റ്റൺ റോഡിലെ വാടക മുറിയിൽ തനിച്ചു കഴിയേണ്ടി വന്നപ്പോൾ ചാർലി ചാപ്ലിനു വല്ലാത്ത ഏകാന്തത തോന്നി. പെട്ടെന്നു തന്നെ അമേരിക്കയ്ക്കു തിരിക്കണം. മനസ്സ് വെമ്പൽ കൊണ്ടു.

നാടകത്തിനായി വീണ്ടും അമേരിക്കയിലെത്തിയപ്പോൾ അവിടെ സ്ഥിരതാമസമാക്കാനുറച്ചു.

അമേരിക്കയിലെ താമസത്തിനിടയിൽ ചാർലിയിൽ പല മാറ്റങ്ങളും സംഭവിച്ചു. കഷ്ടിച്ച് എഴുതാനും വായി

ക്കാനും മാത്രമേ പഠിച്ചിരുന്നുള്ളൂ. ഭാഷ മെച്ചപ്പെടുത്താൻവേണ്ടി വാങ്ങി വച്ച ഗ്രന്ഥങ്ങൾ കൂടെ കൊണ്ടുവന്നിരുന്നു. ഒഴിവു സമയം സ്വയം പഠനത്തിനായി വിനിയോഗിച്ചു.

പഴയ പുസ്തകങ്ങൾ വിൽക്കുന്ന കടയിൽച്ചെന്ന് പ്രശസ്തമായ കുറെ ഗ്രന്ഥങ്ങൾ വാങ്ങി. അതിലൂടെ ലോകപ്രശസ്തരായ പല എഴുത്തുകാരെയും ചാർലി പരിചയപ്പെട്ടു. എമേഴ്സൺ, മാർക്ക് ട്വൈൻ, എഡ്ഗാർ അല്ലൻപോ, ഇർവിംഗ് എന്നിവരൊക്കെ ചാപ്ലിന്റെ പ്രിയപ്പെട്ട എഴുത്തുകാരായി മാറി.

ഭൂതകാലം ദുരിതപൂർണമായിരുന്നു. പട്ടിണിയും പരിവട്ടവും അപമാനിതനായ സന്ദർഭങ്ങളും ഏറെ. ഇതെല്ലാം കൂടി ഒരപകർഷബോധമുണ്ടായിരുന്നു ആ കലാകാരനിൽ. അതു മാറ്റിയെടുക്കാനാവണം, അയാൾ ബോധപൂർവം ശ്രമിച്ചത്. അതിനായി വിലകൂടിയ വസ്ത്രങ്ങൾ വാങ്ങി ധരിച്ചു. മുന്തിയ ഭക്ഷണം കഴിച്ചു. മേൽത്തരം ഹോട്ടലുകളിൽ താമസിച്ചു. നാടക മുതലാളിമാരോട് പണം കണക്കുപറഞ്ഞു വാങ്ങി.

മുൻപൊരിക്കൽ, ന്യൂയോർക്ക് നഗരത്തിൽ അവതരിപ്പിച്ച *ഏനൈറ്റ് ഇൻ ഏൻ ഇംഗ്ലീഷ് മ്യൂസിക് ഹാൾ* എന്ന നാടകം കാണാനെത്തിയ മാക്സോണറ്റ്, ചാർലിയുടെ അഭിനയം കണ്ട് ഇങ്ങനെ അഭിപ്രായപ്പെട്ടു. എപ്പോഴെങ്കിലും ഞാനൊരു വലിയ പണക്കാരനാകുകയാണെങ്കിൽ അപ്പോൾ കരാർ ഒപ്പുവെപ്പിക്കാനാഗ്രഹിക്കുന്ന ഒരാളുണ്ട്.

'ബയോഗ്രാഫ് കമ്പനി'യിൽ ദിവസത്തിൽ അഞ്ചു ഡോളറിന് സിനിമയിൽ പ്രവർത്തിക്കുകയായിരുന്നു അന്ന് മാക്സോണറ്റ്.

ന്യൂയോർക്കിലെ ആഡംബര ഹോട്ടലിൽനിന്ന് ചാർലി, ഫിലാഡെൽഫിയായിലെ നാടകസംഘത്തിലെത്തിയപ്പോൾ അവിടെ ഒരു ടെലിഗ്രാം കിടക്കുന്നു.

"ഈ ടെലിഗ്രാം നിങ്ങൾക്കാണെന്നു തോന്നുന്നു" നാടകസംഘം ഉടമസ്ഥൻ പറഞ്ഞു.

ചാർലി അതു വായിച്ചു.

'ചാഫിൻ എന്നൊരാൾ നിങ്ങളുടെ സംഘത്തിലുണ്ടോ? അതോ, ഈ പേരുമായി സാമ്യമുള്ള മറ്റാരെ

ങ്കിലും? ഉണ്ടെങ്കിൽ, കെസ്സൽ ആന്റ് ബൗമാൻ; 24-ലൊങ്ങാക്കർ ബിൽഡിങ്, ബ്രോഡ്‌വേയുമായി ബന്ധപ്പെടുക.,

അങ്ങനെയൊരാൾ ആരാണ്? ചാഫിൻ എന്നത് ചാപ്ലിൻ തന്നെയായിരിക്കണം.

ടെലഗ്രാഫ് ഓഫീസിൽ ചെന്ന് സംശം തീർത്തു.

അമേരിക്കയിൽ അകന്ന ബന്ധത്തിൽ ഒരമ്മായി ഉണ്ട്. അവർ മരിച്ചപ്പോൾ ഒസ്യത്ത്പ്രകാരം സ്വത്ത് ചാപ്ലിന്റെ പേരിൽ എഴുതിയതായിരിക്കാം.

ടെലിഗ്രാമിലുള്ള അഡ്രസ് അമ്മായി ഏർപ്പാടാക്കിയ വക്കീലന്മാരുടേതാവാനാണു സാധ്യത.

പുലർച്ചെ, ഫിലാഡൽഫിയയിൽ നിന്നും രണ്ടര മണിക്കൂർ യാത്രചെയ്ത് ചാർലിചാപ്ലിൻ അവരുടെ ഓഫീസിലെത്തി.

അവിടെ എത്തിയപ്പോഴല്ലേ അറിയുന്നത്, 'കെസ്സൽ ആന്റ് ബൗമാൻ' വക്കീലന്മാരല്ല, സിനിമാനിർമാതാക്കളാണെന്ന്! ചാർലിയുടെ നാടകാഭിനയം ഇഷ്ടപ്പെട്ട് ഒരിക്കൽ ഞാൻ ഇദ്ദേഹത്തെ കരാറിൽ ഒപ്പിടുവിക്കുമെന്നും പറഞ്ഞ മാക്സോണറ്റിനു പങ്കാളിത്തമുള്ള 'ക്ലീസ്റ്റോൺ' സിനിമാ കമ്പനിയിൽ നിന്നായിരുന്നു 'ചാഫിന്' ഈ ക്ഷണം ലഭിച്ചത്.

നോക്കണേ; ഭാഗ്യം വരുന്ന ഓരോവഴി!

8

അനശ്വരനായ 'തെണ്ടി'

ആയിരത്തിതൊള്ളായിരത്തി പതിനാല് ഫെബ്രുവരി പന്ത്രണ്ടാംതീയതി ചാപ്ലിന്റെ ആദ്യ സിനിമ പുറത്തിറങ്ങി. പേര് *മെയ്ക്കിങ് ഓഫ് എ മാൻ*

ഇതിൽ, പത്രവിൽപ്പനക്കാരന്റെ വേഷമായിരുന്നു ചാർലിക്ക്. വിൽപ്പനയ്ക്കിടയിൽ അയാൾ ഒരു പത്രപ്രവർത്തകനായ ഫോട്ടോഗ്രാഫറുടെ ക്യാമറ മോഷ്ടിക്കുന്നു. അതിലെ ഫിലിമെടുത്ത് അത് സ്വന്തം പേരിൽ പ്രസിദ്ധീകരിക്കുന്നു. ഫോട്ടോഗ്രാഫർ, പത്രവിൽപ്പനക്കാരനെ പിൻതുടരുന്നു. സമർഥനായ പത്രവിൽപ്പനക്കാരനാകട്ടെ, പ്രതിയോഗിയെ കബളിപ്പിച്ച്, അയാളിൽ നിന്ന് ഒഴിഞ്ഞുമാറുന്നു. ഇതിനിടയിൽ കൈയിലു

ണ്ടായിരുന്ന മുഴുവൻ പത്രവും അയാൾ വിറ്റു തീർക്കുന്നുമുണ്ട്.

ജനങ്ങളെ കൂടെ കൂടെ ചിരിപ്പിക്കുന്ന ഹാസ്യരംഗങ്ങളിലൂടെ ചാപ്ലിൻ, തന്റെ ആദ്യ സിനിമ തന്നെ വൻ വിജയമാക്കിത്തീർത്തു.

അന്നത്തെ ചിത്രങ്ങളിൽ സംഭാഷണമുണ്ടായിരുന്നില്ല. സിനിമ, സാങ്കേതികമായി വളർന്നിട്ടില്ലാത്ത കാലം–ക്യാമറയിൽ എടുക്കുന്ന മനുഷ്യരുടെ ചലനവും മറ്റും സ്വാഭാവിക രീതിയിൽ പകർത്താൻ കഴിയില്ല. നടക്കുമ്പോഴും ഓടുമ്പോഴുമൊക്കെ അസാധാരണവേഗം തോന്നിക്കും.

അത്തരം ചിത്രങ്ങൾ കാണുമ്പോൾ ആരും താനേ ചിരിച്ചുപോകും.

കിഡ്സ് ഓട്ടോ റേസസ് അറ്റ് വെനീസ് ആയിരുന്നു ചാപ്ലിന്റെ രണ്ടാമത്തെ ചിത്രം.

വെനീസിൽ നടക്കുന്ന കുട്ടികളുടെ മോട്ടോർ വാഹനമത്സരം കാണാൻ ചാർലിയും സംവിധായകൻ 'ലഹർമാനും' ചെന്നു. മത്സരരംഗം തന്റെ ക്യാമറയിലാക്കാൻ ശ്രമിക്കുകയാണു ലഹർമാൻ. അപ്പോൾ, ചാപ്ലിൻ ക്യാമറയുടെ മുന്നിൽ പ്രത്യക്ഷപ്പെടുന്നു. ഓരോ കോമാളിത്തരങ്ങൾ കാട്ടി ചിത്രമെടുക്കുന്നത് തടസപ്പെടുത്തുന്നു.

ഓട്ടോറേസും, ചാപ്ലിന്റെ തമാശയും ഇടകലർത്തി പുറത്തിറങ്ങിയ ചിത്രത്തിന് പ്രത്യേക തിരക്കഥയൊന്നുമുണ്ടായിരുന്നില്ല. എങ്കിലും അഞ്ചുമിനിട്ടുള്ള ഈ ചിത്രം ചാർലിയുടെ അഭിനയ ജീവിതത്തിലെ നാഴികക്കല്ലാണ്. വിശ്വവിഖ്യാതമായ 'ട്രാംപ്' എന്ന തെണ്ടി വേഷത്തിന് രൂപം നൽകാൻ ചാപ്ലിനു പ്രേരണ നൽകിയത് ഈ ചിത്രമാണ്.

അയഞ്ഞ്, ഊർന്നുവീഴാൻ പോകുന്ന പാന്റ്സ്, ഇറുകിയ മേൽവസ്ത്രം, കാലിനേക്കാൾ വലുപ്പമുള്ള ഷൂസ്, വട്ടത്തിൽ ഉയർന്നു നിൽക്കുന്ന തൊപ്പി, മുറിമീശയും... നീളൻ വടിയും... ഇതായിരുന്നു ചാപ്ലിന്റെ തെണ്ടിവേഷം.

ദ ട്രാംപ്, ദ കിഡ് ഗോൾഡ്റഷ് തുടങ്ങിയ ചിത്രങ്ങളിലെ ഈവേഷം കണ്ട് ജനങ്ങൾ പൊട്ടിച്ചിരിച്ചു. ദൈന്യതയാർന്ന ഈ രൂപം മറ്റു ചിലരെ കണ്ണീരിലാഴ്ത്തി.

തന്റെ തെണ്ടിവേഷത്തെക്കുറിച്ചുള്ള ചാപ്ലിന്റെ വാക്കുകൾ വിശ്വസാഹിത്യത്തിലെ അനശ്വരവരികളാണ്.

'ഒരു തെണ്ടി, അയാൾ ശാസ്ത്രജ്ഞനോ, സംഗീതജ്ഞനോ, സോളോ കളിക്കാരനോ ആകാം. വീരശൂരപരാക്രമങ്ങളെക്കുറിച്ചുള്ള സ്വപ്നങ്ങളുമായി നടക്കുന്ന ഒരു മനുഷ്യൻ; അയാൾ ചിലപ്പോൾ സിഗരറ്റു കുറ്റി പെറുക്കിവലിക്കും. കുട്ടികളിൽനിന്നു മിഠായി മോഷ്ടിക്കും; ദേഷ്യം സഹിക്കാതെ സ്ത്രീകളുടെ പിൻഭാഗത്ത് വടികൊണ്ടടിക്കും...

പരസ്പര വിരുദ്ധമായ കാര്യങ്ങൾ ഇങ്ങനെ അനുയോജ്യമായ രീതിയിൽ ഇണക്കിചേർത്തപ്പോഴാണ് ചാപ്ലിന്റെ 'തെണ്ടി' എന്ന ലോക പ്രശസ്ത കഥാപാത്രം പിറന്നുവീണത്.

അഭിനയത്തിനിടെ, ചലച്ചിത്ര നിർമാണത്തിന്റെ സാങ്കേതിക വിദ്യകളും ചാർലി മനസിലാക്കി. തിരക്കഥയെഴുതുന്നതിനും സംവിധാനം ചെയ്യുന്നതിനും സ്വന്തമായി ചിത്രങ്ങൾ നിർമിക്കുന്നതിനും ചാപ്ലിനു കഴിഞ്ഞത് തൊഴിലിനോടുള്ള അർപ്പണബോധം കൊണ്ടായിരുന്നു. പിന്നെ ജന്മനാലഭിച്ച സർഗവാസനയും.

ഒരു വർഷത്തിനിടയിൽ കീന്റോൺ സ്റ്റുഡിയോ ചാർലിയുടെ മുപ്പത്തിയഞ്ചിലധികം ചിത്രങ്ങൾ പുറത്തിറക്കി. തുടർന്ന്, 'എസ്സനേ കമ്പനി'യിലും 'മ്യൂച്ചൽ കമ്പനി'യിലും പ്രവർത്തിച്ചു. പിന്നീടാണ് ചില സുഹൃത്തുക്കളോടൊപ്പം 'യുണൈറ്റഡ് ആർട്ടിസ്റ്റ് കോർപ്പറേഷൻ' രൂപീകരിച്ചത്.

ചാർലി ചാപ്ലിനെ അതിപ്രശസ്തിയിലേക്കുയർത്തിയ *ദ കിഡ്* പുറത്തിറക്കിയത് 1921 ലാണ്. 'ജാക്കികോഗൻ' എന്ന ബാലനടനെ ചലച്ചിത്രലോകത്തിനു സംഭാവന ചെയ്ത ചിത്രമാണിത്.

പുതിയ ചിത്രത്തിനുള്ള ആശയം തേടി നടക്കുകയായിരുന്നു ചാർലി. അപ്പോഴാണ്, ഒരു നാടകശാലയിലെ പരിപാടിക്കിടയിൽ നൃത്തപരിപാടി അവതരിപ്പിച്ച 'ജാക്കി കോഗ'നെ കണ്ടുമുട്ടിയത്. കുട്ടിയുടെ രൂപവും ഭാവവും വലുപ്പമേറിയ കണ്ണുകളും ചാർലിയെ ആകർഷിച്ചു. അവനെ കഥാപാത്രമാക്കി ഒരു ചിത്രമെടുക്കണമെന്നായി ആഗ്രഹം.

അങ്ങനെയാണ് *ദി കിഡ്* പിറന്നത്.

9

സിറ്റിലൈറ്റ്സ്, മോഡേൺ ടൈംസ്

നിശ്ശബ്ദ ചിത്രങ്ങളുടെ കാലം കഴിഞ്ഞു. ഇനി സംസാരിക്കുന്ന സിനിമയെടുക്കണം. പലരും ചാപ്ലിനെ ഉപദേശിച്ചു.

സിനിമയിലെ സംഭാഷണം, മൂകാഭിനയത്തിന്റെ സാധ്യതകളെ സാരമായി ബാധിക്കുമെന്നായിരുന്നു ചാപ്ലിന്റെ ഉറച്ച വിശ്വാസം. അതിനാൽ, വെല്ലുവിളിയോടെ അദ്ദേഹം മറ്റൊരു ചിത്രത്തിന്റെ നിർമാണത്തിലേർപ്പെട്ടു.

സിറ്റിലൈറ്റ്സ് എന്നായിരുന്നു ആ ചിത്രത്തിന്റെ പേര്. അന്ധയായ പു വിൽപ്പനക്കാരിയെ കണ്ടുമുട്ടിയപ്പോൾ, നല്ലവനായ 'ട്രാംപി'ന്റെ സഹാനുഭൂതിയുണർന്നു. തന്റെ ദാരിദ്ര്യാവസ്ഥയിലും അവളെ സഹായിക്കാനൊരുങ്ങുകയാണയാൾ.

വീട്ടുവാടക നൽകി, പെൺകുട്ടിയെയും അമ്മൂമ്മയെയും ജപ്തി ഭീഷണിയിൽ നിന്നൊഴിവാക്കിയതും കണ്ണിനു കാഴ്ചശക്തി നൽകുന്നതിനായി ഓപ്പറേഷനുള്ള തുക കണ്ടെത്തിയതും ഈ മഹാ മനസ്കത കൊണ്ടാണ്.

ഇതിനുള്ള പണം കണ്ടെത്തുന്നതിന് സമ്പന്നനും തലയ്ക്കു വെളിവില്ലാത്തവനുമായ ഒരു സുഹൃത്തിനെ അനുനയിപ്പിക്കേണ്ടിവരുന്നു.

അതിനിടയിൽ, രസകരമായ എത്രയോ സംഭവങ്ങളാണ് അരങ്ങേറുന്നത്.

തുടക്കത്തിൽ ആശങ്കയുണ്ടായിരുന്നെങ്കിലും ഈ ചിത്രവും വിജയിച്ചു. 'സിറ്റിലൈറ്റ്സ്' നിരൂപകരുടെ

പ്രശംസ പിടിച്ചുപറ്റി. രണ്ടാഴ്ചത്തെ പ്രദർശനം കൊണ്ടു മാത്രം നാലുലക്ഷം ഡോളർ ആദായം ലഭിച്ചു.

ഇതു ചാപ്ലിന്റെ ആത്മവിശ്വാസം വർധിപ്പിക്കാനിടയായി. യൂറോപ്പിലും അമേരിക്കയിലും വൻകിട വ്യവസായശാലകൾ ഉയർന്നുവരുന്ന കാലം. ഗ്രാമങ്ങളിൽ കൃഷിപ്പണി ചെയ്തു ജീവിച്ചുവന്ന ഒരു പറ്റം ചെറുപ്പക്കാർ ഡെട്രോയിറ്റിലെ വലിയ വ്യവസായശാലകളിലേക്ക് ആകർഷിക്കപ്പെട്ടു. എന്നാൽ മുതലാളിമാരുടെ ചൂഷണത്തിനു വിധേയരായ അവർ ഇയാംപാറ്റകളെപ്പോലെ നഗരത്തിൽത്തന്നെ മരിച്ചു വീണു.

ഈ വാർത്ത, ചാപ്ലിനെ വല്ലാതെ ഉലച്ചു. വ്യവസായികളുടെ ദുര, അദ്ദേഹത്തിന്റെ ഹാസ്യ ഭാവനയെ ഉണർത്തി. ഒരു പരിഷ്കൃത ഹോട്ടലിലെ എച്ചിൽപ്പാത്രം കഴുകുന്ന യന്ത്രം കാണാനിടയായതും തന്റെ ചെറുപ്പകാലത്ത് ഒരു മെഷീൻ ഓപ്പറേറ്ററുടെ ജോലി ചെയ്തപ്പോഴുണ്ടായ അനുഭവവും ചാപ്ലിൻ കൂട്ടിയിണക്കി. തന്നോടൊപ്പം അഭിനയിക്കു ന്ന'പൗളറ്റ് ഗൊദാർദി'നെ ഒരു തെരുവുപെണ്ണായി സങ്കൽപ്പിച്ചു. കൂടെ തന്റെ 'തെണ്ടി'എന്ന കഥാപാത്രത്തെയും. എല്ലാം കൂടി ഒത്തുവന്നപ്പോൾ 'മോഡേൺടൈംസ്' എന്ന വ്യത്യസ്തമായ ചിത്രം ഉടലെടുത്തു.

'സുഖത്തിനു വേണ്ടിയുള്ള നെട്ടോട്ടത്തിൽ മനുഷ്യത്വം ബലിയർപ്പിക്കപ്പെടുന്നതിന്റെ കഥ'എന്ന് ഈ സിനിമയുടെ തുടക്കത്തിൽ എഴുതിക്കാണിക്കുന്നുണ്ട്.

ഭക്ഷണസ

'സിറ്റി ലൈറ്റ്സി'ലെ ഒരു രംഗം

മയം കുറയ്ക്കുന്നതിനായി തൊഴിലാളികൾക്ക് ആഹാരം നൽകുന്ന 'യന്ത്രം' 'മോഡേൺ ടൈംസിലെ' പ്രധാന കഥാപാത്രമാണ്. ഇതിന്റെ ആദ്യ പരീക്ഷണം നടക്കുന്നത് തൊഴിലാളിയായ ചാപ്ലിന്റെ വായിൽ റൊട്ടിയിട്ടുകൊടുത്തുകൊണ്ടാണ്. തുടർന്ന്, തൊണ്ടയിലേക്ക് സൂപ്പൊഴിച്ചു കൊടുക്കുന്നു. ഇടയ്ക്കിടെ വായ തുടച്ചു കൊടുക്കുന്നതും യന്ത്രം തന്നെ.

പക്ഷേ, പൊടുന്നനെയുള്ള യന്ത്രത്തകരാറ് എല്ലാത്തിന്റെയും താളം തെറ്റിക്കുന്നു. യന്ത്രം, ദ്രുതഗതിയിൽ പ്രവർത്തിക്കുന്നു. ഒട്ടും ചലിക്കാൻ കഴിയാതെ, യന്ത്രത്തിനു മുന്നിൽ വായും പൊളിച്ചിരിക്കുന്ന ചാപ്ലിന്റെ കഥ പിന്നെ പറയാനുണ്ടോ?

ജോലി ചെയ്യുമ്പോൾ മെഷീനിൽ കുടുങ്ങിപ്പോകുന്ന ചാപ്ലിൻ, ആ അവസ്ഥയിലും തന്റെ കർത്തവ്യം നിറവേറ്റുന്നതും, സഹായിയായ് നിൽക്കുന്ന ഇദ്ദേഹത്തിന്റെ കൈത്തെറ്റുകൊണ്ട വിദഗ്ധനായ 'മേസ്തിരി'യന്ത്രത്തിൽ കറങ്ങേണ്ടി വരുന്നതും ഇതിലെ പൊട്ടിച്ചിരി ഉണർ ത്തുന്ന മറ്റു രംഗങ്ങളാണ്.

നമ്മെ ചിരിപ്പിക്കുമ്പോൾത്തന്നെ ലാഭക്കൊതിയന്മാരായ മുതലാളിമാരുടെ ചെയ്തികളോർത്ത് വേദനിക്കുകയും ചെയ്യുന്ന മുഹൂർത്തങ്ങളാണ് ഇവയൊക്കെ.

'മോഡേൺ ടൈംസി'ലെ പ്രശസ്ത രംഗം

'മോഡേൺ ടൈംസിന്റെ' തൊഴിലില്ലായ്മയുടെ അരക്ഷിതാവസ്ഥയും ചിത്രീകരിക്കപ്പെടുന്നുണ്ട്. പട്ടിണിയും സമരവും ജാഥയുമെല്ലാം ഈ സിനിമയിലെ വേറിട്ട കാഴ്ചകളായി മാറുന്നു. പശ്ചാചത്തലസംഗീ

തത്തോടൊപ്പം തെരുവു ശബ്ദങ്ങളും റേഡിയോയിൽ നിന്നുള്ള അറിയിപ്പുകളും ഒരു ഗാനവും ഈ സിനിമയിൽ കേൾക്കാം.

ചിത്രം, കമ്യൂണിസ്റ്റ് ചിന്താഗതിയുള്ളതാണെന്നും സിനിമ പുറത്തിറങ്ങുന്നതിനു മുൻപു തന്നെ പ്രചരണമുണ്ടായി. കഥാരൂപം നേരത്തെ പത്രത്തിൽ അച്ചടിച്ചു വന്നതായിരുന്നു കാരണം.

എന്നാൽ, സിനിമ കണ്ട വിശാല വീക്ഷണമുള്ള പല പത്രപ്രവർത്തകരും ചിത്രം ഒരു തരത്തിലും കമ്യൂണിസത്തെ പ്രോത്സാഹിപ്പിക്കുകയോ എതിർക്കുകയോ ചെയ്യുന്നില്ലെന്നായിരുന്നു വിലയിരുത്തിയത്.

'മോഡേൺടൈംസ്' ജനപ്രീതിനേടി. ശബ്ദചിത്രങ്ങളുടെ കാലത്ത് സംഭാഷണമില്ലാത്ത ഈ ചിത്രം മികച്ച വരുമാനവും നേടി.

യന്ത്രത്തിന്റെ സർവാധിപത്യത്തെ പരിഹസിക്കുന്ന ഒരു അസാമാന്യചിത്രത്തിന്റെ ഉജ്വല വിജയം!

10

ഹിങ്കലും ബാർബറും

സിഗരറ്റ് കൂട്ടിനുള്ളിൽ പതിപ്പിച്ച പട്ടാളക്കാരുടെ ചിത്രത്തിലൂടെയും ദേശഭക്തി ഗാനങ്ങളിലൂടെയുമാണ് യുദ്ധത്തെക്കുറിച്ച് ചെറുപ്പക്കാലത്ത് ചാർലി മനസിലാക്കിയത്.

ഒന്നാംലോക മഹായുദ്ധത്തിന്റെ കെടുതികൾ നന്നായറിഞ്ഞ ചാർലി, യുദ്ധത്തെ വെറുത്തു. അതിന്റെ അനാവശ്യകത ബോധ്യപ്പെട്ടപ്പോൾ എതിരെ ചിന്തിക്കാനും തുടങ്ങി.

യുദ്ധക്കൊതിയനായ ഹിറ്റ്ലറുടെ നേതൃത്വത്തിൽ ജർമനിയിൽ നടന്ന കൂട്ടക്കൊല ചാർലിയെ വേദനിപ്പിച്ചു. അവിടെ നിന്നു നാടുകടത്തപ്പെട്ട ജൂതരോട് സഹതാപം തോന്നി.

ചാർലി ചാപ്ലിന്റെ സിനിമകൾ ജർമനിയിൽ നിരോധിക്കപ്പെട്ടിരുന്നു. ഹിറ്റ്ലറുടെയും, ചാപ്ലിന്റെ 'തെണ്ടി' എന്ന കഥാപാത്രത്തിന്റെയും 'മീശ'യുടെ സാമ്യതയാണത്രെ കാരണം. സിനിമ കണ്ട് ജർമൻ ജനത ആ 'തെണ്ടി താനാണെന്നു ധരിച്ചാലോ?' ഇതായിരുന്നു ഹിറ്റ്ലറുടെ പേടി.

ഈയൊരു വാർത്ത ഒരു സുഹൃത്തുവഴി അറിഞ്ഞപ്പോഴാണ് ഏകാധിപതിയായ അഡോൾഫ് ഹിറ്റ്ലറെക്കുറിച്ച് ഒരു ചിത്രം നിർമിച്ചാലോ എന്ന ചിന്ത ഉദിച്ചത്.

സിനിമയുടെ നിർമാണഘട്ടത്തിൽത്തന്നെ എ തിർപ്പുകളും ഉയർന്നു. ഹിറ്റ്ലർ വിരുദ്ധചിത്രം അമേരിക്കൻ ഭര

ണാധികാരികൾ ഇഷ്ടപ്പെട്ടില്ല എന്നതായിരുന്നു ഒരു കാരണം.

റഷ്യയെ ആക്രമിക്കാൻ തീരുമാനിച്ച ഹിറ്റ്ലറെ വിമർശിക്കുന്നത് ചാപ്ലിൻ ഒരു കമ്യൂണിസ്റ്റുകാരനായതിനാലാണെന്നായിരുന്നു വേറൊരു വ്യാഖ്യാനം. ഇനി ചിത്രം പുറത്തിറങ്ങിയാൽത്തന്നെ പലയിടങ്ങളിലും പ്രദർശനാനുമതി ലഭിക്കില്ലെന്ന പ്രചരണവുമുണ്ടായി. എന്നാൽ, എല്ലാ പ്രതിബന്ധങ്ങളെയും അതിജീവിച്ച് 1940 ഒക്ടോബറിൽ 'ദ ഗ്രേറ്റ് ഡിക്റ്റേറ്റർ' എന്ന ചിത്രം പുറത്തിറങ്ങി.

തിയേറ്ററിൽ ബോംബിടുമെന്നും തിരശ്ശീല വെടിവച്ച് നശിപ്പിക്കുമെന്നുമൊക്കെ ഭീഷണിയുണ്ടായിരുന്നെങ്കിലും ജനം അതെല്ലാം പാടെ തള്ളി. സിനിമയ്ക്ക് എല്ലായിടങ്ങളിലും നല്ല സ്വീകരണം ലഭിച്ചു. വരുമാനത്തിലും ചിത്രം ഒന്നാമതെത്തി.

ഇതിൽ ഇരട്ടവേഷങ്ങളിലാണ് ചാപ്ലിൻ അഭിനയിച്ചത്. ഹിറ്റ്ലറെ അനുസ്മരിപ്പിക്കുന്ന ഹിങ്കലായും ജൂതനായ ബാർബറായും.

ഒന്നും രണ്ടും ലോക മഹായുദ്ധങ്ങൾക്കിടയിലുള്ള കാലമാണ് കഥയുടെ പശ്ചാത്തലമായി മാറുന്നത്.

'ടൊമാനിയ' എന്ന സാങ്കൽപ്പിക രാഷ്ട്രത്തിലെ ഭരണാധികാരിയാണ് 'ഹിങ്കൽ'. മന്ത്രിമാരും കൂട്ടാളികളുമായ 'ഗർബിഷി'ന്റെയും ഹെറിംഗിന്റെയും ഒത്താശോടെയാണ് ഹിങ്കലിന്റെ ദുർഭരണം.

'ദ ഗ്രേറ്റ് ഡിക്റ്റേറ്ററിൽ' ചാപ്ലിൻ ഹിറ്റ്ലറുടെ വേഷത്തിൽ

'ഷുൾട്ട്സ്' എന്ന പട്ടാളക്കാരനെ ജൂതവംശജനായ ബാർബർ ഒരപകടത്തിൽ നിന്നു രക്ഷിക്കുന്നു. പക്ഷേ, അപകടത്തിൽ പരുക്കേറ്റ ബാർബർ കുറേക്കാലം അബോധാവസ്ഥയിൽ ആശുപത്രിയിൽ കിടക്കുന്നു. പിന്നീട്, നാട്ടിൽ തിരിച്ചെത്തിയ ഇദ്ദേഹം കാണുന്നത് തന്റെ ബാർബർഷാപ്പിനു പുറത്ത് 'ജൂതൻ' എന്നെഴുതിയതാണ്. ഇതിനെതിരെ പ്രതികരിച്ച ബാർബറെ, ഭരണാനുകൂലികളായ നാസി തെമ്മാടികൾ മർദിക്കുന്നു. 'ഹന്ന' എന്ന സുന്ദരിപ്പെണ്ണാണ് ഇതിൽ നിന്ന് അയാളെ രക്ഷിക്കുന്നത്. തുടർന്ന് രണ്ടു പേരും സ്നേഹത്തിലാകുന്നു.

ബാർബറെ സഹായിക്കാനെത്തിയ ഷുൾട്ട്സും, ബാർബറും തടങ്കലിലാവുന്നു. പട്ടാളവേഷമണിഞ്ഞ് അവർ രക്ഷപ്പെടുന്നു. ഒരു സന്ദർഭത്തിൽ, ഹിങ്കലിനെയും ബാർബറേയും പരസ്പരം തിരിച്ചറിയാൻ കഴിയാതെ വരുന്നു. ജനങ്ങൾ ബാർബറെ ഹിങ്കലായി കരുതി. ഹിങ്കലിനെ ബാർബറെന്നു കരുതി തടങ്കലിലുമാക്കി.

കിട്ടിയ അവസരം മുതലെടുത്ത് ബാർബർ ഹിങ്കൽ റേഡിയോയിൽ അതിമഹത്തായ ഒരു പ്രഭാഷണം നടത്തി

"ഞാനൊരു ചക്രവർത്തിയാകാൻ ആഗ്രഹിക്കുന്നില്ല. ആരെയും ഭരിക്കാനോ കീഴടക്കാനോ അല്ല എല്ലാവരെയും, സഹായിക്കാനാണ് ഇഷ്ടപ്പെടുന്നത്. ഈ ലോകത്തിൽ ഏവർക്കും ജീവിക്കാനിടമുണ്ട്. നമ്മുടെ നല്ല ഭൂമി സമ്പന്നമാണ്. പക്ഷേ, അത്യാർത്തി, മനുഷ്യമനസിനെ വിഷലിപ്തമാക്കുന്നു."

ആരും നിരാശരാകരുത്. മനുഷ്യരുടെ ശത്രുത ഇല്ലാതാകും. ഏകാധിപതികൾക്കും അവസാനമുണ്ട്. ജനങ്ങളിൽ നിന്നും അവർ കവർന്നെടുത്ത അധികാരം ജനങ്ങളിലേക്കു തന്നെ തിരിച്ചെത്തും.

സൈനികരേ; മനുഷ്യത്വമുള്ള നിങ്ങൾ യന്ത്രഹൃദയമുള്ളവർക്ക് വഴങ്ങിക്കൊടുക്കരുത്, അടിമത്തത്തിനുവേണ്ടിയല്ല, സ്വാതന്ത്ര്യത്തിനു വേണ്ടിയാണ് നിങ്ങൾ പൊരുതേണ്ടത്.

പ്രിയരേ നമുക്കേവർക്കും ഒത്തുചേരാം. മനുഷ്യനു പ്രവൃത്തി ചെയ്യാൻ പറ്റുന്ന അന്തസ്സുള്ള ഒരു ലോകത്തിനുവേണ്ടി – യുവാക്കൾക്കു ശോഭനമായ ഭാവിയും വാർധക്യത്തിൽ സുരക്ഷിതത്വവും നൽകുന്നതിനു വേണ്ടി...

തുടർന്ന്, തന്റെ പ്രിയസഖി ഹന്നയോട് അദ്ദേഹം പറയുന്നു. ഹന്നാ; കേൾക്കുന്നോ? നീ എവിടെയാണെങ്കിലും മുകളിലേക്കു നോക്കൂ കരിമേഘങ്ങൾ നീങ്ങി അകലുന്നു. ഇടയിലൂടെ സൂര്യൻ പുറത്തേക്കു വരുന്നു. നാം ഇരുട്ടിൽ നിന്നു വെളിച്ചത്തിലേക്കു പ്രവേശിക്കുകയാണ്....

ഏറെ വിമർശിക്കപ്പെട്ടെങ്കിലും ചാപ്ലിൻ നടത്തിയ ഈ നീണ്ടപ്രസംഗം അദ്ദേഹം ലോകത്തിനു നൽകിയ മഹനീയ സന്ദേശമാണ്.

ചാപ്ലിന്റെ ആദ്യസംഭാഷണചിത്രമെന്ന പ്രത്യേകത കൂടിയുണ്ട് 'ദി ഗ്രേറ്റ് ഡിക്റ്റേറ്ററി'ന്.

സിനിമയിലൂടെ ചാപ്ലിൻ പ്രശസ്തനായി. കോടീശ്വരനുമായി. ജ്യേഷ്ഠൻ സിഡ്നിയെ ലണ്ടനിൽ നിന്നു വരുത്തി. ഹോളിവുഡ്ഡിൽ ഭൂമി വാങ്ങി സ്റ്റുഡിയോ പണിതു.

'ലാംബ'ത്തിൽ നിന്ന് അമ്മയെ കൊണ്ടുവന്നു. അവർക്ക് സുഖവാസത്തിന് കടലോരത്ത് വീടും വീട്ടുവേലക്കാരെയും ഏർപ്പാടാക്കി. ശുശ്രൂഷിക്കുന്നതിന് പരിചയസമ്പന്നയായ ഒരു നഴ്സിനെയും നിയോഗിച്ചു.

കുറച്ചുകാലം ആരോഗ്യവതിയായി 'ഹന്ന' ജീവിച്ചു. ചാപ്ലിന്റെ 'ദ സർക്കസ്' എന്ന സിനിമയുടെ നിർമാണഘട്ടത്തിലാണ് അവർ മരണമടഞ്ഞത്.

സ്നേഹമയിയായ അമ്മ. ദാരിദ്ര്യം കൊണ്ടും മാനസികരോഗം കൊണ്ടും വലഞ്ഞിരുന്ന അവർ ലോകത്തിനു നൽകിയ അമൂല്യസംഭാവനയാണ് 'ചാർലി ചാപ്ലിൻ'.

ചാർലിക്ക് സിഡ്നിയെ കൂടാതെ മറ്റൊരു സഹോദരനുണ്ട്. 'ജോർജ് വീലർ ഡ്രൈസൻ'. ചാപ്ലിൻ സീനിയറുമായി പിണങ്ങിയ കാലത്ത് ഹന്നയ്ക്ക് ലീയോ ഡ്രൈഡൻ എന്ന സംഗീതകാരനിൽ പിറന്ന മകൻ. ഹന്ന, മാനസിക

രോഗിയായിരുന്നതിനാൽ, പിതാവ്, കുട്ടിയെ അവരിൽ നിന്ന് അകറ്റി നിർത്തുകയായിരുന്നു.

ഈ വിവരം ചാർലിചാപ്ലിൻ അറിയുന്നത് സിനിമയിൽ വളരെ പ്രശസ്തനായ കാലത്താണ്. ചാർലി തന്റെ ഇളയ സഹോദരനും സിനിമാലോകത്ത് വളർന്നുവരുന്നതിന് അവസരം നൽകി. 'ലൈം ലൈറ്റിൽ' ഡോക്ടറുടെ വേഷത്തിൽ വീലർ ഡ്രൈഡനെ കാണാം.

11

വിവാഹജീവിതം

ചാർലി ചാപ്ലിന്റെ വിവാഹജീവിതം ആരംഭിക്കുന്നത് ഇരുപത്തി ഒൻപതാം വയസിലാണ്. ബാലനടിയായ 'മിൽഡ്രഡ് ഹാരിസാ'യിരുന്നു വധു. 'പാരമൗണ്ട് കമ്പനി' യുടെ സിനിമയിൽ അഭിനയിക്കാനെത്തിയപ്പോഴുണ്ടായ പരിചയമാണ് വിവാഹത്തിൽ കലാശിച്ചത്. 1918 ഒക്ടോബർ 23നായിരുന്നു ചടങ്ങ്. അപ്പോൾ മിൽഡ്രഡിനു പ്രായം പതിനാറ്.

അവർക്ക് ഒരു കുഞ്ഞുപിറന്നു. ചാർലിയുടെ ആദ്യ സന്തതി. പേര് 'നോർമൽ സ്പെൻസർ ചാപ്ലിൻ' അനാരോഗ്യം കാരണം ഈ കുഞ്ഞ് മൂന്നു ദിവസം കഴിഞ്ഞപ്പോൾ മരിച്ചു.

രണ്ടു വർഷത്തിനു ശേഷം മിൽഡ്രഡ് ഹാരിസ് വിവാഹമോചിതയുമായി.

'ലിടാഗ്രെ'യായിരുന്നു രണ്ടാംഭാര്യ. ഈ വിവാഹബന്ധത്തിലാണ് രണ്ട് ആൺമക്കൾ പിറന്നത്. ചാൾസ് സ്പെൻസർ ചാപ്ലിനും സിഡ്നി ഏൾ ചാപ്ലിനും.

സിനിമയുടെ ജോലിയിൽ മുഴുകു

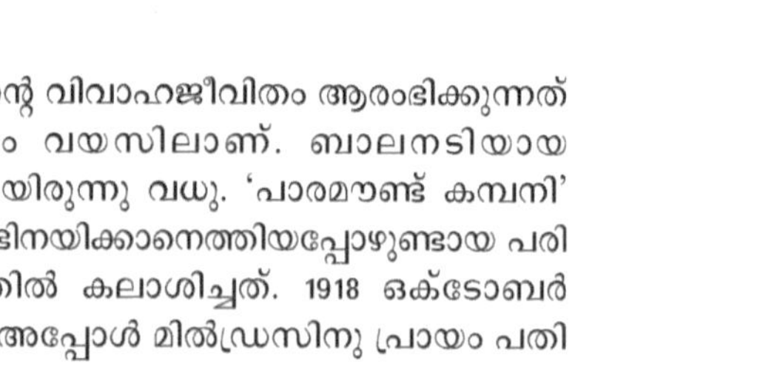

ചാപ്ലിൻ പൗലറ്റ് ഗൊദാർദിനൊപ്പം

മ്പോൾ സ്നേഹിക്കുന്ന എല്ലാവരിൽ നിന്നും അകന്നു മാറുന്ന ശീലമായിരുന്നു ചാപ്ലിന്റേത്. അതിനാൽ വിവാഹ ജീവിതം വീണ്ടും താറുമാറായി. 'ലിടാഗ്രെയും'ചാപ്ലിനെ വിട്ടുപിരിഞ്ഞു.

'മോഡേൺ ടൈംസിൽ' ഒന്നിച്ചഭിനയിച്ച 'പൗളറ്റ്ഗൊദാർദാ'യിരുന്നു മൂന്നാമത്തെ ഭാര്യ. പക്ഷേ, ജോലിസംബന്ധമായ പ്രശ്നങ്ങൾ ഈ ബന്ധത്തിലും കരിനിഴൽ വീഴ്ത്തി. 'പൗളറ്റും' ചാപ്ലിനെ ഉപേക്ഷിച്ചു.

പ്രശ്സ്ത നാടകകൃത്ത് 'യൂജീൻ ഓനീലി'ന്റെ മകൾ 'ഊന'ദാനീലിനെ യാദൃശ്ചികമായാണ് ചാർലി പരിചയപ്പെട്ടത്. പുതിയ സിനിമയിൽ അഭിനയിക്കാൻ അവസരം തേടി ഒരു സുഹൃത്തിന്റെ ശുപാർശയിൽ എത്തിയതായിരുന്നു അവർ.

സുന്ദരിയും, സൗമ്യയുമായ യുവതി. പ്രായം പതിനേഴ്. ആരെയും ആകർഷിക്കുന്ന പെരുമാറ്റം.

ഊനയും ചാപ്ലിനും കുട്ടികളോടൊത്ത്

ചാർലിയും ഊനയും സ്നേഹത്തിലായി. തന്റെ പ്രായക്കൂടുതൽ കാരണം ഊനയോട് വിവാഹാഭ്യർഥന നടത്താൻ ചാർലിക്ക് മടി തോന്നി.

എന്നാൽ ഊനാഓനീൽ, ചാപ്ലിനിൽ നല്ലൊരു ഗൃഹനാഥനെ കണ്ടെത്തി. അയാൾ സ്നേഹിക്കാനറിയുന്ന ഭർത്താവാണെന്ന് അവർ തിരിച്ചറിഞ്ഞു. ഊന, വിവാഹത്തിനു സമ്മതം മൂളി.

1943 ജൂൺ പതിനാറിനായിരുന്നു വിവാഹം. അപ്പോൾ ചാപ്ലിന്റെ പ്രായം അമ്പത്തിനാല്.

പിരിഞ്ഞുപോയ മുൻഭാര്യമാരിൽ നിന്നും വ്യത്യസ്ത യായിരുന്നു ഊന, ഭർത്താവിന്റെ വിഷമഘട്ടങ്ങളിലെല്ലാം അവർ ഉറച്ച പിന്തുണനൽകി. എല്ലാവരോടും സഹിഷ്ണു തയോടെ പെരുമാറി. കുടുംബജീവിതം ആനന്ദകരമാക്കി.

പ്രായവ്യത്യാസം ആ ദാമ്പത്യജീവിതത്തെ ഒട്ടും ബാധിച്ചില്ല. സംതൃപ്തമായ എത്രയോ, വിവാഹവർഷങ്ങൾ ഊന, ചാപ്ലിനു സമ്മാനിച്ചു. എട്ടു മക്കളെയും.

ജെറാൾഡിൻ, മൈക്കേൽജോൺ, ജോസഫൈൻ ഹന്ന, വിക്ടോറിയ, ഊനെ ആന്തണി, ജെയ്ൻസെസിൽ, അന്നാറൈ എമിലി, ക്രിസ്റ്റോഫർ ജയിംസ് എന്നിവരാണ വർ.

ഭാര്യയായ ഊനയെക്കുറിച്ച് തന്റെ ആത്മകഥയിൽ ചാപ്ലിൻ എഴുതി.

'കഴിഞ്ഞ ഇരുപതു വർഷമായി സന്തോഷത്തിന്റെ അർഥമെന്തെന്നു ഞാൻ മനസിലാക്കി. കുലീനയായ ഒരു സ്ത്രീയെ വിവാഹം കഴിച്ചതുകൊണ്ടാണത്. കുറ്റമറ്റ സ്നേഹം ഏറെ സുന്ദരമാണ്. ഊനയോടൊത്തു ജീവിക്കു മ്പോൾ അവളുടെ സ്വഭാവത്തിന്റെ ആഴവും മുഗ്ധ സൗന്ദ ര്യവും എനിക്കു വെളിവാകുന്നു. ഇതേക്കുറിച്ച് എത്രയോ എഴുതാൻ കഴിഞ്ഞെങ്കിലെന്ന് ഞാനാഗ്രഹിക്കുന്നു.'

1964ൽ പ്രസിദ്ധീകരിച്ച തന്റെ ആത്മകഥ ഊന യ്ക്കാണ് അദ്ദേഹം സമർപ്പിച്ചിരിക്കുന്നത്.

12

ഗാന്ധിജിയോടൊത്തൊരു ദിനം

'ദ ഐഡൽ ക്ലാസ്സ്' എന്ന ചിത്രം പൂർത്തിയാക്കിയ ചാപ്ലിൻ, ലണ്ടൻ സന്ദർശിക്കാൻ തീരുമാനിച്ചു. പത്തു വർഷം മുൻപ് കാർനോ കമ്പനിയുടെ നാടകത്തിനായി ഇംഗ്ലണ്ടുവിട്ട 'ഒളിംപിക്' എന്ന കപ്പലിൽത്തന്നെയായിരുന്നു മടക്കയാത്രയും.

അന്ന്, ദരിദ്രനും അറിയപ്പെടാത്തവനുമായിരുന്നെങ്കിൽ ഇന്ന് ധനികനും പ്രശസ്തനുമായാണ് നാട്ടിൽ തിരിച്ചെത്തുന്നത്.

ചാപ്ലിന്റെ സന്ദർശന വാർത്ത പത്രങ്ങൾ വളരെ പ്രാധാന്യത്തോടെയാണ് പ്രസിദ്ധീകരിച്ചത്. ലണ്ടൻ ജനത, പ്രിയപ്പെട്ട തെണ്ടിയെക്കാണാൻ തടിച്ചു കൂടി. താമസിച്ചിരുന്ന 'റിറ്റ്സ്' ഹോട്ടൽ സുഹൃത്തുക്കളെക്കൊണ്ടു നിറഞ്ഞു.

തിരക്കൊഴിവാക്കി ഹോട്ടലിന്റെ പിൻവാതിലിലൂടെ പുറത്തിറങ്ങിയ ചാപ്ലിൻ ഒരു ടാക്സിയിൽ 'കെന്നിംഗ്ടൺ റോഡി'ലെത്തി. ക്രൈസ്റ്റ് ചർച്ചും, വെസ്റ്റ് മിനിസ്റ്റർ ബ്രിഡ്ജും, വാടകയ്ക്കു താമസിച്ചിരുന്ന പൗനൽ ടെറസ്സിലെ വീടും കണ്ടു. എല്ലാം പഴയതുപോലെ നിലനിൽക്കുന്നു.

ഗൃഹാതുരത്വമുണർത്തുന്ന ഓർമകൾ...!

'സിറ്റിലൈറ്റ്സ്' എന്ന ചിത്രത്തിന്റെ പ്രദർശനവുമായി ബന്ധപ്പെട്ടാണ് പിന്നീട് ചാപ്ലിൻ ലണ്ടനിലെത്തുന്നത്. വീണ്ടും പത്തുവർഷത്തെ ഇടവേളയ്ക്കുശേഷം – പ്രമുഖ

രായ പല വ്യക്തികളെയും കാണാൻ കഴിഞ്ഞതാണ് ഈ സന്ദർശനവേളയുടെ സവിശേഷത.

ബർണാഡ്ഷാ, സർ വിൻസ്റ്റൺ ചച്ചിൽ, എച്ച് ജി വെൽസ്, ബ്രിട്ടീഷ് പ്രധാനമന്ത്രി രാംസെ മക്ഡൊണാൾഡ് എന്നിവരുമായി നടത്തിയ സാഹിത്യ സംവാദങ്ങളും രാഷ്ട്രീയ ചർച്ചകളും ചാപ്ലിനു നവോന്മേഷം പകർന്നു.

ഇക്കാലത്താണ് മഹാത്മാഗാന്ധി ലണ്ടനിലെത്തിയത്. ചാർലി ചാപ്ലിനും ഗാന്ധിജിയും തമ്മിൽ നടന്ന കൂടിക്കാഴ്ച അതീവ ഹൃദ്യമായിരുന്നു.

ഗാന്ധിജിയെ കാണാൻ ക്ഷണമുണ്ടായപ്പോൾ തനിക്കു രോമാഞ്ചമുണ്ടായെന്ന് ചാപ്ലിൻ പിന്നീട് അനുസ്മരിക്കുകയുണ്ടായി.

മറ്റു രാജ്യങ്ങളോടുള്ള ഇംഗ്ലണ്ടിന്റെ മേൽക്കോയ്മയിൽ ചാപ്ലിൻ, അസംതൃപ്തനായിരുന്നു. അതിനാൽ ഇന്ത്യയുടെ സ്വാതന്ത്ര്യസമര പോരാട്ടത്തിൽ അദ്ദേഹം ഗാന്ധിജിയെ അനുകൂലിച്ചു.

ഈസ്റ്റ് ഇന്ത്യാ ഡോക്ക് റോഡിലെ ചേരിപ്രദേശത്തെ ചെറിയൊരു വീട്ടിൽ വച്ചായിരുന്നു കൂടിക്കാഴ്ച. പുറത്തെവിടേക്കോപോയ ഗാന്ധിജി തിരിച്ചെത്തിയപ്പോൾ, ജനക്കൂട്ടം തെരുവിൽ നിറഞ്ഞിരുന്നു. പത്രക്കാരും ഫോട്ടോഗ്രാഫർമാരും അവിടെ തിങ്ങിക്കൂടി.

ഗാന്ധിജിയോടൊപ്പം

"ഇന്ത്യയുടെ അഭീഷ്ടങ്ങളോടും സ്വാതന്ത്ര്യതൃഷ്ണയോടും അനുഭാവമുള്ളവനാണു ഞാൻ. എന്നാൽ, യന്ത്രത്തോടുള്ള അങ്ങയുടെ വെറുപ്പിനു കാരണമെന്താണ്?"

സംഭാഷണമധ്യേ, ചാർലിചാ

പ്ലിൻ ഗാന്ധിജിയോടു ചോദിച്ചു.

അദ്ദേഹം അൽപ്പമൊന്നാലോചിച്ചു. ചാപ്ലിനെ കൗതുകത്തോടെ നോക്കി. ഇന്ത്യയുടെ സ്വാതന്ത്ര്യസമരത്തിന്റെ വ്യത്യസ്തതയാർന്ന രീതിയെക്കുറിച്ച് വിശദീകരിച്ചു. ഓരോ ഇന്ത്യക്കാരനും സ്വയം നൂൽനൂറ്റി സ്വന്തം വസ്ത്രം നെയ്തുണ്ടാക്കുന്ന രാജ്യസ്നേഹപരമായ കർത്തവ്യത്തെക്കുറിച്ച് സംസാരിച്ചു. അന്തിമമായ സ്വാതന്ത്ര്യം, അനാവശ്യമായതിനെ ഒഴിവാക്കുകയാണെന്ന് അഭിപ്രായപ്പെട്ടു.

എന്തൊരുയാഥാർഥ്യബോധമുള്ള മനുഷ്യൻ! ചാപ്ലിന്, ഗാന്ധിജിയോടുള്ള ബഹുമാനം ഇരട്ടിച്ചു. അദ്ദേഹം മഹാത്മജിയോടു യാത്രപറഞ്ഞ് ആ കുടിലിൽ നിന്നിറങ്ങി.

പിന്നീട്, ചൈന, ജപ്പാൻ, ഹോങ്കോങ്ങ് എന്നിവിടങ്ങളും ചാപ്ലിൻ സന്ദർശിച്ചു. യാത്ര ആസ്വാദ്യകരമായിരുന്നെങ്കിലും അവിടെ കണ്ട ചില കാര്യങ്ങൾ അദ്ദേഹത്തെ അസ്വസ്ഥനാക്കി.

ചിലേടങ്ങളിൽ, ജനങ്ങൾ വിശന്നുവലയുമ്പോൾ മറ്റൊരിടത്ത് ഭക്ഷണസാധനങ്ങൾ കുന്നുകൂടി നശിപ്പിക്കപ്പെടുന്നു. ഒരു ഭാഗത്ത് തൊഴിലില്ലാതെ അലയുന്നവർ. മറുഭാഗത്ത് പണിചെയ്യാൻ ആളില്ലാതെ ഒഴിഞ്ഞു കിടക്കുന്ന തൊഴിൽശാലകൾ.

ഐൻസ്റ്റീനോടൊപ്പം

പൗരന്മാർക്ക് രാഷ്ട്രസേവനത്തിനുള്ള അവസരം നഷ്ടപ്പെടുന്നു. മനുഷ്യശക്തി, വൃഥാ പാഴായിപ്പോകുന്നു.

എന്തു വിചിത്രമായലോകം!

പലപ്പോഴായുള്ള തന്റെ ലോകപര്യടനത്തിനിടയിൽ ചൈനീസ് പ്രധാനമന്ത്രി ചൗ

–എൻ–ലായ്, ഇന്ത്യൻ പ്രധാനമന്ത്രി ജവഹർലാൽ നെഹ്റു, റഷ്യൻ പ്രധാനമന്ത്രി ക്രൂഷ്ചേവ് എന്നിവരുമായും ചാപ്ലിൻ ആശയ വിനിമയം നടത്തി.

പ്രശസ്ത സാഹിത്യകാരനായ ജീൻപോൾസാർത്, അനശ്വര ചിത്രകാരൻ പിക്കാസോ, പ്രസിദ്ധ ശാസ്ത്രജ്ഞനായ ആൽബർട്ട് ഐൻസ്റ്റീൻ എന്നിവരും ചാപ്ലിനുമായി അടുത്ത ബന്ധം പുലർത്തിയിരുന്നു.

ലോകം ആരാധിക്കുന്ന ഒരു ചലച്ചിത്രകാരൻ മാത്രമായിരുന്നില്ല, ചാർലിചാപ്ലിൻ. ശാസ്ത്രവും സാഹിത്യവും രാഷ്ട്രീയവും കലയുമെല്ലാം മനുഷ്യനന്മയ്ക്കുതകുന്നതാവണം എന്ന കാഴ്ചപ്പാടു വച്ചു പുലർത്തിയ വിശ്വപൗരൻ കൂടിയാണ്. അതിനാലാണ്, ഈ മഹദ്വ്യക്തികളെല്ലാം ചാപ്ലിനോട് സൗഹാർദം പുലർത്തിയത്.

അപൂർവം കലാകാരന്മാർക്കുമാത്രം ലഭിക്കുന്ന സൗഭാഗ്യം!

13

നിശ്ശബ്ദ സിനിമയുടെ രാജകുമാരൻ

സംഭാഷണങ്ങളില്ലാതെ, മുകാഭിനയത്തിലൂടെയാണ് ചാപ്ലിന്റെ ഒട്ടുമിക്ക സിനിമകളും പ്രേക്ഷകരുമായി സംവദിക്കുന്നത്. 'നിശ്ശബ്ദ സിനിമകൾ' എന്നാണ് ഈ ചിത്രങ്ങൾ പൊതുവേ അറിയപ്പെടുന്നത്. 1914 മുതൽ 1967 വരെ ഇറങ്ങിയ ചാപ്ലിൻ ചിത്രങ്ങൾ എൺപതിലധികം വരും. ആദ്യകാലത്ത് ഇറങ്ങിയവയെല്ലാം ഹ്രസ്വ ചിത്രങ്ങളായിരുന്നു. അതിനാൽ, ഒരു വർഷം പത്തൊൻപതു സിനിമകൾ വരെ ചാപ്ലിന്റേതായി പുറത്തിറിങ്ങി.

ആദ്യ ചിത്രങ്ങൾ സംറിധാനം ചെയ്തത് ചാർലി ജോലി ചെയ്ത സിനിമാ കമ്പനികളിലെ സംവിധായകരായിരുന്നു. ഇവയിൽ ചിലത് ചാപ്ലിൻ അഭിനയിച്ചതും വേറെ ചിലത് ആശയം നൽകിയവയുമാണ്.

'കോട്ട് ഇൻ ദ റെയ്ൻ' മുതൽക്കുള്ള ചിത്രങ്ങളാണ് ചാപ്ലിൻ സ്വന്തമായി സംവിധാനം ചെയ്തത്.

'ഒരു ഹാസ്യചിത്രം ഒരുക്കുന്നതിന് എനിക്കുവേണ്ടത് ഒരു പാർക്കും പൊലീസുകാരനും സുന്ദരിയായ ഒരു പെൺകുട്ടിയും മാത്രം' എന്നാണ് തന്റെ സിനിമാ ചിത്രീകരണത്തിന്റെ തയാറെടുപ്പിനെക്കുറിച്ച് ചാർലിചാപ്ലിൻ പറഞ്ഞത്.

എന്നാൽ തനിക്കു പൂർണതൃപ്തിവരാതെ ഒരു ചിത്രവും പുറത്തു വിടില്ലെന്ന നിർബന്ധബുദ്ധിയും അദ്ദേ

ഹത്തിനുണ്ടായിരുന്നു. ഇക്കാരണത്താൽ ഒരിക്കലും വെളിച്ചം കാണാത്ത ഒരു സിനിമയുമുണ്ടായി. 'എ വുമൺ ഓഫ് ദി സീ' എന്നായിരുന്നു അതിന്റെ പേര്.

അമേരിക്കയിൽ നിർമിച്ച എക്കാലത്തെയും മികച്ച ചിത്രങ്ങളിൽ ചാപ്ലിന്റെ ഗോൾഡ് റഷ്, മോഡേൺ ടൈംസ്, ദ ഗ്രേറ്റ് ഡിക്റ്റേറ്റർ, സിറ്റിലൈറ്റ്സ് എന്നിവയെക്കുറിച്ച് പ്രത്യേകം പരാമർശിക്കുന്നുണ്ട്.

പ്രതികൂല കാലാവസ്ഥ വകവെക്കാതെ അമേരിക്കയിലേക്ക് സ്വർണം തേടിപ്പോയ ധനമോഹികളുടെ കഥയാണ് 'ഗോൾഡ് റഷ്' "ട്രാംപ്" ഇതിലെ പ്രധാന കഥാപാത്രമാണ്. തന്റെ എന്നത്തേയും മികച്ച ചിത്രമായി 'ഗോൾഡ് റഷ്' ഓർമിക്കപ്പെടണമെന്നായിരുന്നു ചാപ്ലിന്റെ ആഗ്രഹം.

അന്ന് മുപ്പത്തിയാറു വയസുള്ള ചാർലിയെ പ്രശസ്തരുടെ നിരയിലേക്ക് ഉയർത്തിയ ചിത്രം കൂടിയാണ്

'ദി സർക്കസി'ലെ ഒരു രംഗം

'ഗോൾഡ് റഷ്'. 1925 ൽ പുറത്തിറക്കിയ ഈ ചിത്രം ചില കൂട്ടിച്ചേർക്കലുകളോടെ 1942 ൽ അദ്ദേഹം പുനഃരവതരിപ്പിച്ചു.

ശ്രദ്ധേയമായ മറ്റൊരു ചിത്രം 1928ൽ പുറത്തിറങ്ങിയ 'ദി സർക്കസ്സാ'ണ്. ഇതിന്റെ കഥ, സംവിധാനം, അഭിനയം, നിർമാണം എന്നിവയ്ക്ക് സ്പെഷ്യൽ അക്കാദമി അവാർഡും ചാപ്ലിനു ലഭിച്ചു.

അമേരിക്കയിൽ നിന്നു വിടപറഞ്ഞതിനു ശേഷം ലണ്ടനിൽ വച്ചു നിർമിച്ച ചിത്രങ്ങളാണ് 'ഏ കിംഗ്' ഇൻ ന്യൂയോർക്കും 'ഏ കൗണ്ട്സ് ഫ്രം ഹോങ്കോങ്ങും.'

ചാർലിയുടെ അവസാന ചിത്രമാണ് 1967 ജനുവരി 2നു റിലീസ് ചെയ്ത 'ഏ കൗണ്ടസ് ഫ്രം ഹോങ്കോങ്ങ്.' പ്രശസ്ത താരങ്ങളായ സോഫിയാ ലോറനും, മർലിൻ ബ്രാൻഡോയുമാണ് ഇതിലെ നായികാ നായകന്മാർ. അഭിസാരികകളിൽ അനുരക്തനാകുന്ന ഒരു രാജ്യതന്ത്രജ്ഞന്റെ കഥയാണിത്. ചെറിയ വേഷത്തിൽ ചാർലി ചാപ്ലിനും ഇതിൽ പ്രത്യക്ഷപ്പെടുന്നു.

സിനിമാ നിർമാതാവ്, രചയിതാവ്, സംവിധായകൻ, അഭിനേതാവ് എന്നീ നിലകളിൽ മാത്രമല്ല, മികച്ച സംഗീതജ്ഞൻ കൂടിയാണ് താനെന്ന് ചാപ്ലിൻ തെളിയിച്ചിട്ടുണ്ട്. സംഭാഷണങ്ങളില്ലാത്ത ആദ്യകാല ചിത്രങ്ങളെ മിഴിവുറ്റതാക്കി അവതരിപ്പിക്കുന്നതിൽ സംഗീതത്തിനുള്ള പ്രാധാന്യം അദ്ദേഹം തിരിച്ചറിഞ്ഞു.

മോഡേൺ ടൈംസിലെ 'സ്മൈൽ', 'ഏ കൗണ്ടസ്സ് ഫ്രം ഹോങ്കോങ്ങിലെ 'ദിസ്' ഈസ് മൈ സോംഗ് എന്നിവ വളരെ പ്രസിദ്ധമായ ഗാനങ്ങളാണ്. പ്രസിദ്ധ പോപ്പ് ഗായകൻ മൈക്കൽ ജാക്സനു വളരെ ഇഷ്ടപ്പെട്ട ഗാനമായിരുന്നു 'സ്മൈൽ'.

'ലൈംലൈറ്റ്' സിനിമയുടെ പശ്ചാത്തല സംഗീതത്തിന് 1973ൽ, മികച്ച സംഗീത പ്രതിഭയ്ക്കുള്ള 'ഓസ്കാർ അവാർഡ്' ലഭിച്ചത് ചാപ്ലിനായിരുന്നു. മുൻകാലങ്ങളിൽ

പുരസ്കാരങ്ങൾ സ്വീകരിക്കാൻ മടിച്ചിരുന്ന ചാപ്ലിൻ, പിൽക്കാലത്ത് ആ തീരുമാനം മാറ്റിയതിന്റെ ഫലം.

സിനിമയെയും ജീവിതത്തെയും താരതമ്യപ്പെടുത്തി ചാപ്ലിൻ ഒരിക്കൽ പറയുകയുണ്ടായി. 'ക്ലോസപ്പിൽ ജീവിതം ദു:ഖസാന്ദ്രമായിതോന്നാം, എന്നാൽ, ലോംഗ്ഷോട്ടിൽ അത് ഹാസ്യപ്രധാനമാണ്,

സിനിമയിൽ ക്യാമറ കൈകാര്യം ചെയ്യുന്ന വൈദഗ്ധ്യം ജീവിതത്തിലും പുലർത്തിയ ക്രാന്തദർശിയുടെ കണ്ടെത്തൽ.

1952–ൽ 'ലൈം ലൈറ്റ്' എന്ന സിനിമ തിയേറ്ററുകളിലെത്തി. 'ചാപ്ലിന്റെ ഏറ്റവും ദൈർഘ്യം കൂടിയ ചിത്രമാണിത്. അച്ഛനോടൊപ്പം 'സിഡ്നി ഏൾ ചാപ്ലിനും' ഇതിൽ പ്രധാനഭാഗം അഭിനയിച്ചു. മറ്റു കുട്ടികളും ചെറിയ വേഷങ്ങളിൽ ഈ ചിത്രത്തിൽ മിന്നിമറയുന്നു.

'ലൈംലൈറ്റ്' പ്രദർശിപ്പിച്ചുകൊണ്ടിരിക്കെയാണ് കുടുംബസമേതം ഒരു വിദേശയാത്ര നടത്തിയാലെന്തെന്ന ചിന്ത ഉണർന്നത്. ഊനയ്ക്കും കുട്ടികൾക്കും വളരെ സന്തോഷം.

'ക്യൂൻ എലിസബത്ത്' എന്ന കപ്പലിൽ കയറി യൂറോപ്പിലെത്തുമ്പോഴേക്കും അമേരിക്കയിൽ നിന്ന് ഒരു ഉത്തരവുകാത്തുകിടപ്പുണ്ടായിരുന്നു. ഇതുവരെ അമേരിക്കൻ പൗരത്വമെടുക്കാത്തതിനും, അവിടെ ദേശവിരുദ്ധ പ്രവർത്തനം നടത്തിയതിനും, കമ്യൂണിസ്റ്റ് ബന്ധങ്ങൾ ഉണ്ടാക്കിയതിനും ഇനി ചാപ്ലിന് അമേരിക്കയിൽ പ്രവേശനമില്ലെന്നായിരുന്നു അതിലെ ഉള്ളടക്കം.

ചാപ്ലിന്റെ സ്വതന്ത്രചിന്താഗതി, അമേരിക്കൻ അധികാരികൾ ഇഷ്ടപ്പെട്ടില്ല. അതിനാലാണ് ഈ തിരിച്ചടി. പക്ഷേ, എന്തു ചെയ്യാൻ? സമ്പാദ്യം മുഴുവൻ ആ രാജ്യത്തിലാണ്.

ഊന, ഒരു പോംവഴി കണ്ടെത്തി. അവർ അമേരിക്കകാരിയാണല്ലോ. അതിനാൽ ജന്മനാട്ടിൽ ചെന്ന് കഴിയുന്നത്ര പണവും മറ്റു രേഖകളും കൈക്കലാക്കിമടങ്ങി. ബാക്കി കാര്യങ്ങൾ നോക്കി നടത്തുന്നതിന് ചാർലിയുടെ ജ്യേഷ്ഠൻ സിഡ്നിയെ ഏൽപ്പിച്ചു.

ചാപ്ലിനും കുടുംബവും ലണ്ടനിലെത്തി. അവിടെ നിന്ന് ഫ്രാൻസ്, ഇറ്റലി, ജർമനി എന്നിവിടങ്ങൾ സന്ദർശിച്ചു. ചെന്നിടങ്ങളിലെല്ലാം നല്ല സ്വീകരണം.

ചാർലി ചാപ്ലിന്റെ പ്രശസ്തി അത്ര വലുതായിരുന്നു.

ഒടുവിൽ, സ്വിറ്റ്സർലന്റിൽ താമസമുറപ്പിക്കാൻ തീരുമാനിച്ചു. ഇവിടെ വച്ചാണു നാലു കുട്ടികൾ പിറന്നത്.

പിൽക്കാലത്ത് അനേകം പുരസ്കാരങ്ങൾ ചാപ്ലിനെ തേടിയെത്തി. 1962 ൽ ഇംഗ്ലണ്ടിലെ ഓക്സ്ഫോർഡ്, ദർഹം സർവകലാശാലകൾ ഹോണററി ഡോക്ടറേറ്റ് ബിരുദം നൽകി ഈ മഹാനായ കലാകാരനെ ആദരിച്ചു.

1975–ൽ ബ്രിട്ടീഷ് രാജ്ഞി ചാപ്ലിന് 'സർ' പദവി നൽകി. അതോടെ ചാർലി ചാപ്ലിൻ 'സർ ചാൾസ് സ്പെൻസർ ചാപ്ലിനായി' അറിയപ്പെട്ടു.

ലോകമെങ്ങും ആരാധകരുള്ള ചാപ്ലിന്റെ 'ട്രാംപ്' എന്ന കഥാപാത്രം അദ്ദേഹത്തിന്റെ തന്നെ ചെറുതും വലുതുമായ എഴുപതു ചിത്രങ്ങളിൽ പ്രധാന വേഷത്തിൽ എത്തുന്നുണ്ട്. *അറ്റ് മൈ ലൈഫ് ഇൻ പിക്ച്ചേഴ്സ്* എന്ന ചാപ്ലിന്റെ പുസ്തകം അദ്ദേഹത്തിന്റെ ജീവിതകഥയുടെ സചിത്രവ്യാഖ്യാനങ്ങളാണ്.

സിനിമയിൽ നിന്നു പിൻവാങ്ങിയെങ്കിലും 'ട്രാംപി'നെയും ചാപ്ലിനെയും അനുകരിച്ചുകൊണ്ടുള്ള ചിത്രങ്ങൾ പിന്നെയും പിറന്നു. ഓസ്കാർ അവാർഡ് ജേതാവ്, റിച്ചാർഡ് അറ്റൻബറോ സംവിധാനം ചെയ്ത 'ചാപ്ലിൻ' ഇത്തരത്തിലുള്ള പ്രശസ്തമായ ഒരു ചിത്രമാണ്.

ഹിന്ദിയിൽ, രാജ്കപൂർ നായകനായ 'ശ്രീ 420' 'മേരാ നാം ജോക്കർ', ശ്രീദേവി നായികയായ 'മി. ഇന്ത്യ' തമിഴിൽ, 'പുന്നഗൈമന്നനി'ലെ കമലഹാസൻ വേഷമിടുന്ന 'ചാപ്ലിൻ ചെല്ലപ്പ', തെലുങ്കിൽ ചിരഞ്ജീവിയുടെ 'ചാന്ദ് ബായി' എന്നിവ ചാപ്ലിൻ സ്മരണകളുണർത്തുന്ന ഇന്ത്യൻ സിനിമകളാണ്. മലയാളത്തിൽ, ഹാസ്യ ചലചിത്രതാരം ജഗതി ശ്രീകുമാറും ചാപ്ലിനെ അനുകരിച്ചിട്ടുണ്ട്.

ഒരിക്കൽ മികച്ച 'ട്രാംപ്' വേഷകാരനെ കണ്ടെത്താൻ നടത്തിയ മത്സരത്തിൽ അണിഞ്ഞൊരുങ്ങിയെത്തിയ ചാപ്ലിന് മൂന്നാംസ്ഥാനം ലഭിച്ച ഒരു കഥയും നിലവിലുണ്ട്.

1977 ഡിസംബർ 25ന് ക്രിസ്തുമസ് ദിനത്തിൽ 88–ാം വയസിൽ ആ മഹാനടൻ യാത്ര പറഞ്ഞു.

അദ്ദേഹത്തെ അനുസ്മരിച്ച് ചാപ്ലിൻ ലൈബ്രറിയും മ്യൂസിയവുമുണ്ടായി. ചാപ്ലിൻ പ്രതിമകളും സ്ഥാപിക്കപ്പെട്ടു.

1985–ൽ ഇംഗ്ലണ്ടിലും, 1994–ൽ അമേരിക്കയിലും 'ചാപ്ലിൻ തപാൽ സ്റ്റാമ്പുകൾ' പുറത്തിറക്കി.

ദാരിദ്ര്യത്തിന്റെ പടുകുഴിയിൽ നിന്ന് സ്വപ്രയത്നത്താൽ ലോകത്തിന്റെ നെറുകയിലെത്തപ്പെട്ട പ്രതിഭാധനനായ ചലച്ചിത്രകാരന് സ്മരണാഞ്ജലികൾ...

ചാപ്ലിൻ, മൺമറഞ്ഞെങ്കിലും അദ്ദേഹം സൃഷ്ടിച്ച 'അനശ്വരനായ തെണ്ടി' ഇന്നും ജൈത്രയാത്ര തുടരുന്നു...

ലോകമെമ്പാടുമുള്ള ജനങ്ങളെ കുടുകുടാ ചിരിപ്പിച്ചുകൊണ്ട്...

www.ingramcontent.com/pod-product-compliance
Lightning Source LLC
LaVergne TN
LVHW102041051026
849518LV00014B/2673
* 9 7 8 8 1 2 6 2 0 7 2 4 4 *